શેર બજાર

ખજાનાની ચાવી

આનંદ કુમાર

ગુજરાત પુસ્તકાલય સહાયક સહકારી મંડળ લિ.
૧૧, ઈલોરા કોમર્શીયલ સેન્ટર, પહેલો માળ, રીલીફ સીનેમા પાછળ.
અમદાવાદ–૩૮૦ ૦૦૧
ફોન : ૨૫૫૦ ૬૯૭૩
E-mail : gpssmltd@yahoo.com

ડાયમંડ બુક્સ

www.diamondbook.in

પ્રકાશક	:	ડાયમંડ પૉકેટ બુક્સ પ્રા. લિ. X-30, ઓખલા ઇંડસ્ટ્રિયલ એરિયા, ફેઝ-II, નવી દિલ્હી-110020
ફોન	:	011- 40712200
ઈ-મેઈલ	:	sales@dpb.in
વેબસાઈટ	:	www.diamondbook.in
સંસ્કરણ	:	2015
મુદ્રક	:	Repro (India)

Share Bazar Khazane Ki Chabi

By - Anand Kumar

અનુક્રમણિકા

૧

શેર : પરિચય

આજના ભૌતિકવાદી જીવનમાં ધનની મહત્તાને નકારી નથી શકાતી. ધન સાધ્ય ભલે જ ના હોય, પરંતુ આ સૌથી મોટું સાધન છે. એક ઉચ્ચ વ્યક્તિથી લઈને સામાન્ય વ્યક્તિ સુધી ધનની આ મહત્ત્વની આવશ્યકતાનો સ્વીકાર કરે છે. દરેક વ્યક્તિ વિભિન્ન માધ્યમોથી ધન કમાવાનો પ્રયત્ન કરે છે અને એને પોતાના ભવિષ્યને સુરક્ષિત રાખવા માટે સંગ્રહીત પણ કરે છે. ધન સંગ્રહનું એક માધ્યમ બેન્કિંગ પ્રણાલી પણ છે, જ્યાં આપણું ધન પૂર્ણ રીતે સુરક્ષિત અને સંયમિત રહે છે. પરંતુ બેન્કિંગ વ્યવસ્થામાં ધનની વૃદ્ધિ એટલી તીવ્રતાથી નથી થતી, જેટલી તીવ્રતા વર્તમાનની માંગ છે. એવામાં આપણે જો થોડાં વિવેકથી અને જાગૃકતાની સાથે પોતાના ધનને વિસ્તૃત ક્ષેત્રની તરફ લઈ જઈએ, તો ધન વર્તમાન માંગ અનુરૂપ જ વિકાસ કરે છે અને એના માટે સૌથી ઉચિત અને સુરક્ષિત ક્ષેત્ર છે શેર બજાર.

એ જાણવા માટે કે આ શેર-બજાર છે શું? આવો, પહેલા આપણે એ જાણીએ કે, શેર શું છે? સામાન્ય બોલચાલની ભાષામાં જ્યારે આપણે શેરની વાત કરી રહ્યા હોઈએ છીએ, તો આપણો મતલબ કોઈ કંપની દ્વારા પોતાના મૂળધનને એક નિશ્ચિત ગુણોત્તરમાં વહેંચીને જારી કરવામાં આવેલા હિસ્સાથી થાય છે. અર્થાત્ બીજા શબ્દોમાં શેરનો મૂળ અર્થ કારોબારમાં ભાગીદારી છે.

એનો સીધો અને સ્પષ્ટ અર્થ એ છે કે, જ્યારે તમે કોઈ શેરમાં રોકાણ કરી રહ્યા છો, ત્યારે તમે પોતાનું ધન બજારના કોઈ સોદાને ખરીદવામાં ખર્ચ નથી કરી હતા, પરંતુ એક સંપૂર્ણ કારોબારમાં ભાગીદારી પ્રાપ્ત કરી રહ્યા છો. આ પ્રકારે તમે અંશતઃ એ કંપનીના માલિક બની જાઓ છો.

એ તો તમે પણ જાણો છો કે, જ્યારે આપણે કોઈ કંપની કે કારોબારને સંચાલિત કરીએ છીએ, ત્યારે આપણી પાસે નફો અને નુકસાન બંનેની સમાન સંભાવનાઓ સમાયેલ હોય છે.

કેવી રીતે જારી (ઈસ્યૂ) થાય છે શેર

બધી કંપનીઓ, જે શેર જારી કરે છે, એનું એક નક્કી મૂલ્ય હોય છે, જેને બજારની ભાષામાં 'નક્કી વેલ્યૂ' અથવા 'પાર વેલ્યૂ' કહેવામાં આવે છે. આ મૂલ્ય શેર સર્ટિફિકેટ પર સ્પષ્ટ રીતે અંકિત હોય છે. અંદાજે ભારતમાં આ નક્કી વેલ્યૂ ૧૦ રૂપિયા હોય છે, જો કે કેટલીક કંપનીઓએ હવે એ વેલ્યૂને ૫ રૂપિયા, ૨ રૂપિયા તેમજ ૧ રૂપિયા સુધીના શેરોમાં પણ વિભાજિત કરવાનું શરૂ કરી દીધું છે. આ અંકિત મૂલ્ય કંપનીના ખાતામાં શેરનું સાંકેતિક મૂલ્ય હોય છે. પછીથી તે બજારમાં કોઈ પણ ભાવ પર ખરીદી કે વેચી શકાય છે.

અહીંયા એ પણ સમજી લેવું જરૂરી થશે કે, બજારમાં શેરનો ભાવ નિરંતર ચઢતો કે ઉતરતો રહે છે અને એનો ફેંસ વેલ્યૂથી કોઈ સંબંધ નથી હોતો, પરંતુ શેરો પર ડિવિડન્ડ અર્થાત્ લાભાંશ શેરની પાર વેલ્યૂના આધાર પર જ નક્કી કરવામાં આવે છે.

રોકાણ કોને કહે છે?

માની લો કે, તમે પોતાના ધનથી કોઈ જમીનનો ટુકડો ખરીદ્યો, જેનું મૂલ્ય એ સમયે ૧૦૦૦ રૂપિયા છે. રસ્તાની પરેશાની અથવા આસપાસની અન્ય જવાબદારીઓને ધ્યાનમાં રાખીને ઉક્ત જમીનની કિંમતમાં પાંચ વર્ષમાં માત્ર દસ ટકાની વૃદ્ધિ થઈ અર્થાત્ એ જમીનની વર્તમાન કિંમત ૧૧૦૦ રૂપિયા થઈ ગઈ, જ્યારે કે મુદ્રાસ્ફીતિના કારણથી મુદ્રાનું અવમૂલ્યન ૧૫ ટકા થ? અર્થાત્ તમારા દ્વારા લગાવવામાં આવેલા ધનનું વર્તમાન મૂલ્ય ૧૧૫૦ રૂપિયા થયું. એવામાં તમે જોશો પ્રત્યક્ષતઃ જોશો , તો તમારા દ્વારા લગાવવામાં આવેલું ધન ૧૦૦ રૂપિયા વધ્યું તો ખરું પરંતુ વર્તમાન મુદ્રાના આકલનના હિસાબથી તમે ૫૦ રૂપિયાના નુકસાનમાં છો. જો આ ઘટનાને આપણે અર્થશાસ્ત્રની ભાષામાં પરિભાષિત કરીએ, તો તે એ થશે કે મુદ્રાનો મૌલિક માપદંડ મૂળ રીતે એના દ્વારા ખરીદવામાં આવેલી વસ્તુઓ અથવા સેવાઓથી આંકી શકાય છે. સીધા શબ્દોમાં તમે પોતાની જમા પૂંજીનો જે ઉપયોગ એ પૂંજીને સ્થિર રાખવા કે એને વધારવામાં ઉપયોગ કરો છો, એને રોકાણ કહેવામાં આવે છે. ભલે તમે એનો ઉપયોગ સોનૂ, ચાંદી જેવી કોઈ ધાતુને ખરીદવામાં કર્યો હોય અથવા જમીન, મકાન વગેરે કોઈ અચલ સંપત્તિને ખરીદવામાં.

કેમ કે તમે પૂંજીધારક છો તેથી, પોતાની પૂંજીને સ્થિર રાખવા અથવા એને વધારવા માટે તમે એનો જે ઉપયોગ કરી રહ્યા છો, એમાં સર્વપ્રથમ તમારા માટે એ નિશ્ચિત કરવું જરૂરી હોય છે કે, તમે પોતાની જમા પૂંજીનો જે ઉપયોગ કરી રહ્યા

છો, એની સાથે તમારી અપેક્ષાઓ શું છે. શું તમે રોકાણથી પોતાની પૂંજી (મૂડી)માં વૃદ્ધિ ઇચ્છો છો, નિયમિત આવક અથવા બંને. પરંતુ પોતાની અપેક્ષાઓની સાથે-સાથે તમારા માટે એ તપાસવું પણ જરૂરી છે કે, ભવિષ્યમાં તમારી જરૂરિયાતો શું છે. એ તપાસ કરી લેવાથી તમે પોતાની પ્રાથમિકતાઓ સરળતાથી નક્કી કરી શકશો અને તમારી સામે એ સ્પષ્ટ થઈ શકશે કે, તમે પોતાના રોકાણ પર કેટલી વૃદ્ધિ અને કેટલી આવક ઇચ્છો છો. ત્યારે તમારી સામે એ નિર્ણય લેવો સરળ થઈ જશે કે, કયું રોકાણ તમારા માટે ઉપયોગી છે. બજારને સમજવું અને પોતાની પ્રાથમિકતાઓ નક્કી કરવી એક ઉત્તમ રોકાણકાર માટે અતિ આવશ્યક છે અને આ મૂડી રોકાણની કળા છે.

રોકાણની જરૂરિયાત

જો આપણે પોતાના વર્તમાનથી કેટલાંક દશક પાછળ જઈએ અને ૨૦મી સદીના મધ્યવર્તી દશકોના બજાર પર ધ્યાન આપીએ, તો આપણે જોઈશું કે, ત્રીસ-ચાલીસના દશકોમાં બજારમાં વસ્તુઓના મૂલ્ય લગભગ સ્થિર રહેતા હતા. જો બજાર મૂલ્યોમાં થોડી ઘણી તેજી-મંદી આવતી પણ હતી, તો એવી ન હતી કે, તે આપણી રોજબરોજની જિંદગી પર કોઈ સ્પષ્ટ પ્રભાવ નાખી શકે. એ જ કારણ હતું કે, ત્યારે આપણે આર્થિક અસુરક્ષાનો બોધ કરતા ન હતા. પરંતુ ધીમે-ધીમે બજારના સ્વરૂપમાં ફેરફાર શરૂ થયા અને બજારે સામાન્ય ઉપભોક્તાવાદી સંસારથી નિકળીને પોતાના પગલાં વિશ્વની વિશિષ્ટ ઉપભોક્તાવાદી દુનિયાની તરફ પગ રાખ્યા. ૬૦ના દશક સુધી આવતાં-આવતાં બજાર મૂલ્યોમાં નિરંતર વૃદ્ધિ થવા લાગી અને રૂપિયાનું મૂલ્ય કથળવા લાગ્યું. પરિણામ એ થયું કે, નિશ્ચિત આવકવાળો સમુદાય (સામાન્ય રીતે ઉચ્ચ-મધ્યમ વર્ગ) પોતાની આર્થિક સુરક્ષા એકાએક ગુમાવી બેઠો. ૭૦ અને ૮૦ના દશકમાં તો એ સ્થિતિ બદથી બદતર થતી ગઈ. વિગત કેટલાંક દશકોમાં ઉપભોક્તા કિંમતોમાં ૧૦ ગણાથી વધારે વૃદ્ધિ થઈ છે. બીજા શબ્દોમાં કહીએ, તો ૬૦ના દશકમાં ૧ રૂપિયાની જે ખરીદ-ક્ષમતા (ક્રય-ક્ષમતા) હતી આજે એની કિંમત કુલ ૪ પૈસા રહી ગઈ છે. છેલ્લાં ૪૦ વર્ષોમાં મુદ્રાસ્ફીતિનો વાર્ષિક ચક્રવૃદ્ધિ દર ૭-૮ ટકા રહ્યો છે.

ભૂમંડળીકરણના આ વર્તમાન પરિવેશમાં હવે મુદ્રાસ્ફીતિ હવે અર્થવ્યવસ્થાનું એક જરૂરી અંગ છે. અંતર ફક્ત એટલું છે કે, એનો દર ક્યારેક ઓછો થઈ શકે છે તો ક્યારેક વધારે. એવામાં આપણે ૩૦મા દશકમાં આર્થિક માપદંડોને જાળવી રાખીને પરંપરાગત ઢંગથી માત્ર પગાર, પેન્શન અથવા એક મર્યાદામાં સમેટાયેલા કૃષિ સંસાધનોથી પ્રાપ્ત આવકથી પોતાના પગલાં વર્તમાન વ્યવસ્થાથી મિલાવીને ચાલી

શકીશું, એ વિચારવું પણ માત્ર કલ્પના માત્ર જ છે. એવામાં પોતાના ભવિષ્યને સુવિધાજનક બનાવવા માટે અને સુરક્ષિત રાખવા માટે આપણા માટે જરૂરી છે કે, આપણે પોતાના જમા ધનની ક્રય-ક્ષમતા (ખરીદ-ક્ષમતા)ને વધારવા માટે એક સુવિધાનજનક માર્ગની શોધ કરીએ અને એની એક ઉત્તમ રીત છે - સારું રોકાણ. એવું રોકાણ, જેમાં આપણે ના ફક્ત પોતાની જમા રાશિનું મૂલ્ય વધારી શકીએ, બલ્કે આ વૃદ્ધિના મુદ્રાસ્ફીતિના દરથી વધારે પણ રાખી શકીએ. જો મુદ્રાસ્ફીતિનો દર ૮ ટકા છે, તો કર વગેરે કપાત કરીને આવકમાં ૧૦-૧૨ ટકા વૃદ્ધિ થવા પર જ તમે પોતાની ખરીદ ક્ષમતા વધારી શકશો.

એવામાં તમારા માટે રોકાણની મૂળ સૈદ્ધાંતિક સમજ અત્યંત જ મહત્ત્વપૂર્ણ છે, જેથી તમે વર્તમાન સાથે પગથી પગ મિલાવીને ચાલી શકો અને પોતાના ભવિષ્યને પૂર્ણ સુરક્ષિત બનાવી શકો.

તમે શેર બજારમાં થવાવાળી જબરદસ્ત આવકના કિસ્સા જરૂર સાંભળ્યા હશે અને તમારા મનમાં પણ આ પ્રકારનો નફો પ્રાપ્ત કરવાની ઈચ્છા જાગી હશે. પરંતુ તમે પોતાના કોઈ મિત્ર વિશે એવી ડરામણી ખબર પણ સાંભળી હશે કે, તે કઈ રીતે શેર બજારમાં પોતાની બધી જમા-પૂંજી ગુમાવી બેઠો અને ત્યારે તમે ખુદને આશ્વાસન આપ્યું હશે કે, શેર બજારમાં પૈસા ન લગાવીને તમે ઠીક જ કર્યું.

શેર વિશે પૂર્વાગ્રહ છોડીને એ જાણવાનો પ્રયત્ન કરો કે, શેર છે શું? વિવેકશીલ રોકાણકાર ખૂબ જ સમજદારીની સાથે શેર ખરીદે છે અને નફો એકઠો કરવામાં સફળ પણ થાય છે.

કેટલાય અભ્યાસથી સ્પષ્ટ થઈ ચૂક્યું છે કે, દીર્ઘ અવધિમાં બીજી બધી સંપત્તિઓની તુલનામાં શેરથી સૌથી વધારે આવક થાય છે. એનો અર્થ છે કે તમે બૉન્ડ, ફિક્સ્ડ ડિપોઝિટ કે સોનામાં રોકાણ કરીને જેટલો નફો પ્રાપ્ત કરી શકો છો, એનાથી વધારે નફો શેર બજારમાં રોકાણ કરીને પ્રાપ્ત કરી શકો છો.

એ પણ સત્ય છે કે, શેરની સાથે જોખમ પણ જોડાયેલું હોય છે, પરંતુ જો તમે લાંબા સમય સુધી રમવામાં વિશ્વાસ કરો છો, તો તમને નફો પ્રાપ્ત કરવાથી કોઈ નથી રોકી શકતું.

પરંતુ શેર બજારમાં રોકાણ કરવાથી પહેલાં જરૂરી છે કે, તમે શેર વિશે જરૂરિ વાતોને સારી રીતે સમજી લો.

શેરને સમજવા અંતરિક્ષ વિજ્ઞાનને સમજવા જેટલું મુશ્કેલ નથી. તમે પોતાની સંપત્તિને કયા પ્રકારે અધિક વધારવા ઈચ્છો છો અને નુકસાનના કારણોને કયા પ્રકારે દૂર કરી શકો છો, એ રીતની રણનીતિ બનાવવા માટે અત્યધિક મેધાવી થવાની જરૂર નથી.

જો તમે વિચારો છો કો, તમારી પાસે પર્યાપ્ત સમય નથી, ત્યારે તમે કોઈ પોર્ટફોલિયો મેનેજર કે મ્યૂચ્યુઅલ ફંડના માધ્યમથી રોકાણ કરી શકો છો. પરંતુ તમારે કેટલીક પાયાની વાતોની જાણકારી રાખવી પડશે. એ જાણવું પડશે કે, કયું ફંડ ઉત્તમ છે, ફંડ મેનેજરની પસંદગી કઈ રીતે કરવામાં આવે અને એના પ્રદર્શન પર કયા પ્રકારે નજર રાખવામાં આવે.

કોઈ પણ વ્યવસાયમાં કેટલાય પ્રકારની સંપત્તિઓ હોય છે- મશીન, ભવન, ફર્નીચર, રોકડ વગેરે.

એ જ પ્રકારે વ્યવસાયમાં દેણદારીઓ પણ હોય છે. કંપની પર બીજાઓનો હક હોય છે. બેંકનું ઋણ, ઉધાર લેવામાં આવેલી સામગ્રીઓ વગેરે દેણદારીઓ કહેવાય છે.

કુલ સંપત્તિમાંથી દેણદારીઓને ઘટાડ્યા પછી જે બચે છે, એને મૂળધન કહે છે.

સંપત્તિ - દેણદારીઓ = મૂળધન

મૂળધન તે રકમ છે, જે વ્યવસાયમાં વ્યક્તિની પાસે હોય છે. જેમ-જેમ કારોબાર વધતો જાય છે અને લાભ થવા લાગે છે, તેમ-તેમ મૂળધન પણ વધતું જાય છે. આ જ મૂળધનનને શેરો (અથવા સ્ટૉક)ના રૂપમાં વિભાજિત કરવામાં આવે છે.

જો કોઈ કંપનીનું મૂળધન ૧૦ કરોડ રૂપિયા છે, તો એને ૧૦ રૂપિયા પ્રતિ શેરના રૂપમાં એક કરોડ શેરોમાં વિભાજિત કરી શકાય છે.

મૂળધનનો હિસ્સો અથવા કેટલાંક શેર એમની પાસે રહે છે, જે કારોબારને શરૂ કરે છે અને એમને પ્રોમોટર્સ કહેવામાં આવે છે.

બાકી શેર રોકાણકારોની પાસે હોય છે. આ રોકાણકર અમારા અને તમારા જેવાં સામાન્ય લોકો હોય છે અથવા મ્યૂચ્યુઅલ ફંડ અને અન્ય સંસ્થાગત રોકાણકાર હોય છે.

શેર ખરીદવાનો અર્થ

હવે તમે સમજી ગયા હશો કે, શેર ખરીદવાનો અર્થ કારોબારમાં ભઆગીદારી પ્રાપ્ત કરવાની જેમ હોય છે.

જ્યારે તમે શેરમાં રોકાણ કરો છો, ત્યારે તમે બજારમાં રોકાણ નથી કરતાં. તમે એક કંપનીના ઈક્વિટી શેરમાં રોકાણ કરો છો. એ પ્રકારે તમે કંપનીના શેર હોલ્ડર કે આંશિક રૂપથી માલિક બની જાઓ છો.

કેમ કે તમે કંપનીની સંપત્તિના અંશના સ્વામી બનો છો, એ જ પ્રકારે સંપત્તિથી અર્જિત થવાવાળા નફા કે નુકસાનના ભાગીદાર પણ બની જાઓ છો.

માની લો,તમે ગુજરાત અંબુજા સીમેન્ટના ૧૦૦ શેરોના માલિક છો, તો એનો અર્થ છે કે, તમે એ કંપનીના ક્ષુદ્રતમ હિસ્સાના સ્વામી છો, કેમ કે એ કંપનીના લાખો શેર છે.

શેર ખરીદવાનો અર્થ છે કે, કોઈ કારોબારને ચલાવવા માટે માથાનો દુઃખાવો લીધા વગર જ એ કારોબારના ભાગીદાર બની જવું.

ઉદાહરણ તરીકે જો ગુજરાત અંબુજા સીમેન્ટને નફો થાય છે, તો તમારા શેરનો ભાવ પણ વધી શકે છે અથવા નુકસાનની દશા આવવા પર તમારા શેરનો ભાવ પણ ઘટી શકે છે.

ભાવમાં વૃદ્ધિનો અર્થ

જો કોઈ કંપનીએ પોતાના મૂળ ધનને ૧૦ રૂપિયા પ્રતિ શેરના હિસાબથી વિભાજિત કરી દીધું છે, તો ૧૦ રૂપિયાને શેરની 'ફેસ વેલ્યૂ' કહેવામાં આવશે. જ્યારે શેર બજારમાં શેરને ખરીદ-વેચાણ કરવામાં આવશે, તો એની માંગ અને આપૂર્તિના આધાર પર એના ભાવમાં પણ અંતર આવી જશે.

જો બધા એ જ કંપનીના શેર ખરીદવા ઇચ્છશે, તો ભાવમાં વૃદ્ધિ આવી જશે. જો કોઈ શેરોને ખરીદવામાં રસ નહીં લે અને વધારેથી વધારે લોકો એ કંપનીના શેરોને વેચવા ઇચ્છશે, ત્યારે ભાવ નીચે ચાલ્યો જશે.

કોઈ પણ સમયે શેર બજારમાં શેરના મૂલ્યને 'શેરનું મૂલ્ય' અથવા શેરની માર્કેટ વેલ્યૂ કહેવામાં આવે છે. એ જ પ્રકારે ૧૦ રૂપિયાની ફેસ વેલ્યૂવાળા શેરને ૫૫ રૂપિયામાં (ફેસ વેલ્યૂની તુલનામાં અધિક કિંમત પર) અથવા ૯ રૂપિયામાં (ફેસ વેલ્યૂની તુલનામાં ઓછી કિંમત પર) વેચી શકાય છે.

જ્યારે કોઈ કંપનીના શેરોની સંખ્યાની સાથે એમની માર્કેટ વેલ્યૂનો ગુણાકાર કરવામાં આવે છે, તો માર્કેટ કેપિટલાઇઝેશન સામે આવે છે.

ઉદાહરણાર્થે ૧ નવેમ્બર, ૨૦૦૬એ એક કંપનીના એક કરોડ શેરોની ફેસ વેલ્યૂ ૧૦ રૂપિયા અને માર્કેટ વેલ્યૂ ૩૦ રૂપિયા છે, તો ૧ નવેમ્બર, ૨૦૦૬એ એનું માર્કેટ કેપિટલાઇઝેશન ૩૦ કરોડ રૂપિયા કહેવાશે.

શેર કેવી રીતે ખરીદશો

એ સારી વાત છે કે, તમે શેર બજારમાં નસીબ અજમાવવા ઇચ્છો છો. સ્ટૉક ઍક્સચેન્જોમાં શેરોને ખરીદ-વેચાણ કરવામાં આવે છે. ભારતના બે મુખ્ય સ્ટૉક એક્સચેન્જ છે - નેશનલ સ્ટૉક એક્સચેન્જ (એન.એસ.ઈ.) અને મુંબઈ સ્ટૉક એક્સચેન્જ (બી.એસ.ઈ.).

તમે ત્રણ પ્રકારના શેર ખરીદી શકો છો : પોતાના બ્રોકરના માધ્યમથી, ઑનલાઇન અથવા એ સમયે ખરીદી શકો છો, જ્યારે કોઈ કંપની શેર ઇસ્યૂ કરે છે. એને 'ઇનિશિયલ પબ્લિક ઑફરિંગ' (આઈ.પી.ઓ.) કહે છે.

૨

શેર બજારની જાણકારી

જો તમે શેર બજારમાં પ્રવેશ કરી રહ્યાં છો, તો તમારા માટે એ જરૂરી થઈ જાય છે કે, તમે એ જરૂરી જાણકારીઓ તેમજ મૂડી બજારની વિશિષ્ટ શબ્દાવલીઓથી પરિચિત થઈ જાઓ, જેમનો પ્રયોગ બહુતાયતમાં શેર બજારમાં કરવામાં આવે છે, એનાથી તમને ના ફક્ત શેર બજારમાં લેણ-દેણમાં સરળતા થશે, બલ્કે તમારી જાણકારીઓ પૂર્ણ હોવાને કારણે તમે કોઈ પણ પ્રકારની અન્ય દુવિધાજનક સ્થિતિથી મુક્ત રહેશો.

કંપની કોને કહે છે?

શેર બજારમાં પ્રવેશ કરવાથી પહેલાં આપણે જે શબ્દાવલીને સૌથી પહેલાં સાંભળીએ છીએ અને જેનાથી સૌથી આપણો સામનો થાય છે, તે છે કંપની. કંપની શબ્દ મૂળ રૂપથી લેટિન ભાષાથી લેવામાં આવ્યો છે, જેમાં 'Com'નો અર્થ 'સાથે-સાથે' અને 'Panis'નો અર્થ 'રોટલી'થી છે. પ્રારંભમાં 'કંપની' શબ્દ એવા કેટલાંક વ્યક્તિઓના સમૂહને પણ કહેવામાં આવતો હતો, જે પોતાની રોટલી એક સાથે ખાતા હતા. ધીમે-ધીમે આ શબ્દ વેપારી વર્ગની ઓળખ બનતો ગયો, કેમ કે એ સમયે બહુધા વેપારી લોકો હંમેશાં પોતાના વેપારિક સોદા ભોજન કરતાં સમયે કર્યા કરતા હતા, આથી વેપાર કરવાવાળી સંસ્થાનું નામ કંપની પડ્યું. પરંતુ વર્તમાન સમયમાં એના અર્થમાં ખૂબ જ ફેરફાર આવી ગયો છે. હવે કંપનીનો આશય એવા સંઘથી થઈ ગયો છે, જેમાં સંયુક્ત પૂંજી હોય છે.

હવે કંપની પોતાના વિસ્તૃત અર્થોમાં એ વેપારિક સંગઠન છે, જેને કેટલાંક લોકો (જેમને શેર હોલ્ડર કહેવામાં આવે છે) કોઈ વેપારના સંચાલન માટે ગઠિત કરે છે.

આ જ શેર હોલ્ડર કંપનીના કાર્ય સુચારુ રૂપથી ચલાવવા માટે પોતાના પસંદ કરેલા પ્રતિનિધિઓનું ગઠન કરે છે અને એમને જ 'બોર્ડ ઑફ ડાયરેક્ટરી' કહેવામાં આવે છે.

જો આપણે બીજા શબ્દોમાં કહીએ તો કહી શકીએ છીએ કે, કંપની વિભિન્ન વ્યક્તિઓનો એ સમૂહ છે, જેનું ગઠન કોઈ વિશેષ ઉદ્દેશ્ય માટે કરવામાં આવે છે. આ વૈધાનિક સમૂહ હોય છે, જેનું નિર્માણ વર્તમાન કાનૂનો અંતર્ગત કરવામાં આવે છે. જેની જવાબદારી સામાન્ય રીતે સીમિત અને અસ્તિત્વ એના સદસ્યોથી પૃથક હોય છે. સૈદ્ધાંતિક દૃષ્ટિથી કંપનીને બે વર્ગોમાં વહેંચી શકાય છે-

(૧) ભાગીદારી (૨) એકલ સ્વામિત્વ

એકલ સ્વામિત્વવાળા વ્યવસાયમાં સંચાલન એક જ વ્યક્તિ દ્વારા ચલાવવામાં આવે છે, એ જ વ્યક્તિ વ્યવસાયમાં થવાવાળા નફા-નુકસાનનો પૂર્ણ રીતે જવાબદાર હોય છે, જ્યારે કે ભાગીદારી ફર્મમાં બે અથવા બેથી વધારે વ્યક્તિ કોઈ કારોબારને લાભના ઉદ્દેશ્યથી કરે છે.

વ્યવસાય શરૂ કરવા અને એન ચાલૂ રાખવા માટે જે ધનને મૂળધનના રૂપમાં લગાવવામાં આવે છે, એ ધનને 'કેપિટલ' કહેવામાં આવે છે. આ પ્રારંભિક કેપિટલ શેર હોલ્ડરોથી લેવામાં આવે છે, કેમ કે તે જ કંપનીના સંયુક્ત માલિક હોય છે. શેર હોલ્ડરોથી પ્રાપ્ત આ ધનને 'ઇક્વિટી કેપિટલ' કહે છે. કંપનીઓ આ ધનની વ્યવસ્થા બેંકો, આર્થિક સંસ્થાઓ તથા જનતાથી ઉદાર લઈને પણ આ કેપિટલનો પ્રબંધ કરે છે. જનતાથી આ પૈસા અથવા તો ડિબેન્ચર (ઋણ પત્ર)ના વેચાણના માધ્યમથી કંપની લેતી હોય છે અથવા ફિક્સ્ડ ડિપૉઝિટના માધ્યમથી. ડિબેન્ચરની ખરીદ કરવાવાળા રોકાણકારને 'ડિબેન્ચર હોલ્ડર' કહેવામાં આવે છે. કંપની આ લોકોની કરજદાર હોય છે, બીજા શબ્દોમાં આમના પૈસા ચુકવવા કંપનીની બાધ્યતા હોય છે, જ્યારે કે શેર હોલ્ડર કંપનીના માલિક હોય છે.

શેર હોલ્ડરોના વૈધાનિક અધિકાર-કાનૂન એ સમજે છે કે, કેમ કે શેર હોલ્ડર કંપનીના કોઈ પણ નિર્ણય, કાર્ય-પદ્ધતિ અથવા વેપારિક સમાધાનોથી સીધા સમ્બદ્ધ નથી હોતા તેથી, એનો વૈધાનિક અધિકાર અને જવાબદારી બંને જ સીમિત હોય છે. કાયદામાં કંપનીની પોતાની અલગ હેસિયત હોય છે અને શેર હોલ્ડરોની અલગ. કંપની પોતાના શેર ધારકો સમ્બદ્ધ કર્યા વગર પોતાના દરેક પ્રકારના વેપારિક સમાધાન કરી શકે છે, પ્રૉપર્ટી ખરીદ-વેચાણ કરી શકે છે, ઋણ લઈ શકે છે. કંપનીમાં કામ કરવાવાળા લોકોના ડાયરેક્ટરોના કોઈ પણ કૃત્ય માટે શેર હોલ્ડરોને જવાબદાર નથી ઠેરવી શકાતા. એક શેર હોલ્ડરની બધી જવાબદારી એ કંપનીમાં એના શેરોના મૂલ્ય સુધી સીમિત હોય છે. આ એમની ફક્ત આર્થિક જવાબદારી માત્ર હોય છે, જે કંપનીના શેર ખરીદવા પર પૂરી થઈ જાય છે. ઉદાહરણ માટે માની લો કે, કોઈ

વ્યક્તિએ કોઈ કંપનીના ૧૦ રૂપિયાના ૧૦૦ શેર ખરીદ્યાં, ત્યારે કંપની પ્રતિ એ વ્યક્તિની આર્થિક જવાબદારી ૧૦૦૦ રૂપિયાની થઈ, જે શેર ખરીદ્યાં પછી પૂરી થઈ ગઈ. એના પછી જો તે કંપની ફડચામાં ઘોષિત કરવામાં આવી, તો અધિકથી અધિક શેર માર્કેટમાં એનો ભાવ શૂન્ય સુધી જઈ શકે છે અર્થાત્ તમે પોતાના ૧૦૦ રૂપિયાથી હાથ ધોઈ બેસશો પરંતુ કોઈ પણ પરિસ્થિતિમાં કાયદો કે નૈતિક રૂપથી તમારી કંપનીની દેણદારીઓને ચુકવવા માટે નથી કહી શકાતું. આ નિયમને વૈધાનિક ભાષામાં મર્યાદિત જવાબદારી કે 'લિમિટેડ લાયાબિલીટી' કહેવામાં આવે છે.

દરેક કંપની પોતાના નામની આગળ લિમિટેડ શબ્દનો પ્રયોગ કરે છે, જે એની કાનૂની બાધ્યતા છે, એનાથી એ સ્પષ્ટ થઈ જાય છે કે, એના શેર હોલ્ડરોની આર્થિક જવાબદારી સીમિત છે. આથી જ્યારે તમે કોઈ કંપનીના શેર ખરીદો છો, તો પૂરી રીતે નિશ્ચિંત રહી શકો છો કે, તમારે એ કંપનીની આર્થિક કે કાનૂની પરેશઆનીઓથી કોઈ પણ લેવા-દેવા નથી.

તમે પોતાના ખરીદવામાં આવેલા શેરોનું પૂર્ણ સ્વામિત્વ પ્રાપ્ત કરો છો, શેર ચલ સંપત્તિ હોય છે. શેર હોલ્ડર શેરોને સ્વેચ્છાથી ખરીદી અથવા વેચી શકે છે, ભેટ સ્વરૂપ કોઈને આપી શકે છે, વસીયત કરી શકે છે, એમાં કોઈ પણ પ્રકારની કાયદાકીય વૈધતા એનો માર્ગ નથી રોકતી. કેમ કે કંપનીની પોતાની સ્વાધીન હસ્તી હોય છે, એનાથી શેર હોલ્ડર રૂપી માલિકોના બદલાવાથી એને કોઈ ફરક નથી પડતો. કંપની જ્યારે પોતાના વ્યવસાયની શરૂઆત કરે છે, ત્યારે એના શેરોને અંકિત મૂલ્ય (Face Value) અનુસાર સીધા ખરીદી શકાય છે. એનાથી જ કંપની પોતાના પ્રારંભિક મૂળધનનો પ્રબંધ કરે છે. એના પછી શેર બજારમાં થવાવાળા સોદાઓથી કંપની પર કોઈ અસર નથી પડતી. આવો, એક ઉદાહરણથી એને આપણે સમજીએ :

માની લો કે, જો કોઈ કંપનીના ૧૦ રૂપિયામાં જારી (ઇસ્યૂ) કોઈ શેર બજારમાં ૨૦૦૦ રૂપિયા પ્રતિ શેરના ભાવથી વેચાઈ રહ્યો છે, તો એનો અર્થ શું એ છે કે, કંપની પહેલાંથી ૨૦ ગણી વધારે સંપન્ન થઈ ગઈ છે. નહીં, બલ્કે એનો અર્થ ફક્ત એ છે કે, બજારમાં શેરના ખરીદદાર કંપનીને સારી માની રહ્યા છે તથા રોકાણકાર એના શેરને ૨૦૦૦ રૂપિયામાં ખરીદવા માટે તૈયાર છે.

કંપનીઓનાં પ્રકાર

સૈદ્ધાન્તિક દૃષ્ટિકોણથી કંપનીઓ બે પ્રકારની હોય છે. (૧) પબ્લિક લિમિટેડ કંપનીઓ અને (૨) પ્રાઇવેટ લિમિટેડ કંપનીઓ. જ્યાં સુધી શેરોની ખરીદીની વાત

છે, તો આપણો ઉદ્દેશ્ય ફક્ત પબ્લિક લિમિટેડ કંપનીઓથી હોય છે, પ્રાઈવેટ લિમિટેડ કંપનીઓનાં શેર બજારના માધ્યમથી ખરીદી કે વેચી નથી શકાતા. આ કંપનીઓને પોતાના શેર જનતામાં વેચવાની અનુમતિ નથી હોતી.

મેમ્બરોની યાદી : સદસ્યોની સમુચિત જાણકારી, એમને લાભાંશ, રાઈટ્સ શેર અથવા બોનસ શેર વગેરે પહોંચાડવામાં સુવિધા માટે પ્રત્યેક કંપનીઓ પોતાના શેર હોલ્ડરોની યાદી રાખે છે. આ યાદીમાં શેર હોલ્ડરનું નામ, સરનામું અને અન્ય જરૂરી જાણકારીઓ દર્જ હોય છે.

આજકાલ આ જાણકારીઓ નેશનલ સિક્યોરિટીઝ ડિપૉઝટરી લિમિટેડ (NSDL), સેન્ટ્રલ સિક્યોરિટીઝ ડિપૉઝટરી લિમિટેડ (CSDL)ની પાસે પણ રાખવામાં આવે છે.

વાર્ષિક જાણકારી

દરેક કંપની પોતાના કામકાજ અને ખાતાઓની જાણકારીની સાથે એક વાર્ષિક રિપોર્ટ તૈયાર કરે છે. આ બધી જાણકારીઓ બધા શેર હોલ્ડરોને કંપનીની વાર્ષિક બેઠક અથવા 'એન્યુઅલ જનરલ બોર્ડ મીટિંગ' (Annual General Board Meeting)થી થોડાં દિવસ પહેલાં મોકલી દેવામાં આવે છે.

આ વાર્ષિક રિપોર્ટની સાથે કંપનીની બેલેન્સ શીટ (Banance Sheet) અને નફા-નુકસાનના લેખા-જોખા (Profit and Loss Acoount) પણ હોય છે. આ જાણકારી શેર હોલ્ડરો અને એ નવા સંભાવિત રોકાણકારો માટે ખૂબ જ જરૂરી હોય છે, જે આ કંપનીમાં રોકાણ કરવા વિશે વિચાર કરી રહ્યા હોય છે.

આ રિપોર્ટ ડાયરેક્ટરો દ્વારા ઉદ્‌ઘોષિત કંપનીમાં કારોબારની સ્થિતિ, ભવિષ્યની કાર્ય યોજનાઓ, લાભાંશની ઘોષણા અને એવી આવક કેટલીય વાતોનું નિષ્પાદન કરે છે, જેની અસર કંપનીની આર્થિક સ્થિતિ પર પડે છે.

આ રિપોર્ટ સાચો કે ખોટો હોવાની જાણકારી રોકાણકાર ઑડિટરના રિપોર્ટથી સરળતાથી જાણી શકે છે.

એક રોકાણકાર માટે આ વાર્ષિક રિપોર્ટની જાણકારી અત્યંત જરૂરી આથી હોય છે, કે તે રોકાણથી પહેલાં એ કંપનીની વિગતવાર સ્થિતિ તેમજ પોતાના રોકાણના ભવિષ્ય પ્રતિ પૂર્ણ આશ્વસ્ત થઈ શકે.

શેરોનાં પ્રકાર

શેર્સ પોતાની બજારની પ્રકૃતિ અને સૈદ્ધાંતિકતા અનુસાર મુખ્યતઃ બે પ્રકારના

હોય છે : (૧) પ્રેફરેન્સ શેર અને (૨) ઇક્વિટી શેર.

(૧) **પ્રેફરેન્સ શેર (Preference Share) :** આ શેર્સ તે શેર હોય છે, જેના પર લાભાંશનો દર નક્કી થાય છે. જો કોઈ પરિસ્થિતિઓમાં કંપની બંધ થાય છે, તો લાભાંશ અને મૂળધનની વાપસી પર આ શેરોનો અધિકાર ઇક્વિટી શેરોથી પહેલાં થાય છે. જો કોઈ પરિસ્થિતિઓના ચાલતા કંપની બજારમાં નફો કમાતી નથી હોતી અથવા આ શેર હોલ્ડરોને લાભાંશ નથી આપી શકતી, તો તે બહુમેલેટિવ શેર જારી કરે છે. આ શેરોનો અર્થ એ હોય છે, જ્યારે કંપની નફો કમાય છે અને એની પાસે પૈસા આવી જાય છે, તો તે પોતાનો પાછળનો બધો બાકી લાભાંશ ચુકવી દે છે.

બીજા શબ્દોમાં પ્રેફરેન્સ શેર હોલ્ડરોને કંપનીના નુકસાન કે નફાની પરવાહ નથી હોતી, એમનો નક્કી લાભાંશ હંમેશાં જળવાઈ રહે છે.

પરંતુ એની સાથે-સાથે પ્રેફરેન્સ શેર હોલ્ડરોને એમનું મૂળધન ત્યાં સુધી પાછું નથી મળી શકતું, જ્યાં સુધી તે કંપની ચાલતી રહે છે. માત્ર એક પ્રકારના પ્રેફરેન્સ શેરો પર આ નિયમ લાગૂ નથી થતો, તે છે - 'રિડિયેબલ પ્રેફરેન્સ શેર'. આ શેરોનું મૂળધન એક નક્કી સમયગાળો પૂરો થવા પર ચુકવી દેવામાં આવે છે.

(૨) **ઇક્વિટી શેયર (Equity Share) :** આ શેરો પર નક્કી લાભાંશની ગેરંટી નથી હોતી. સીધા શબ્દોમાં કહેવામાં આવે, તો આ શેરો પર કોઈ પણ લાભાંશના મળવાની કોઈ ગેરંટી નથી હોતી. જે રોકાણકાર અધિકતમ જોખમ ઉઠાવીને અધિકતમ લાભ કમાવાના ઇચ્છુક હોય છે, એમના માટે ઇક્વિટી શેરનો વિકલ્પ ઉપલબ્ધ રહે છે, પરંતુ આ શેરોના ધારક કોઈ વર્ષમાં લાભાંશ પ્રાપ્ત કરવાનો અધિકાર રાખી છે. ઇક્વિટી શેર ધારકોને જ કંપનીના સ્વામી માનવામા આવે છે. આ શેર ધારકોને કંપનીમાં બધા મહત્ત્વપૂર્ણ મત આપવાનો અધિકાર પ્રાપ્ત થાય છે.

કંપનીની વાર્ષિક બેઠકમાં એમના પ્રસ્તાવિત લાભાંશની ઘોષણા કરવામાં આવે છે. આ લાભાંશનો દર કંપની દ્વારા અર્જિત લાભ સંચય કર તથા પૂર્વાધિકાર અંશોના લાભાંશ હટાવ્યા પછી કુલ અંશોને વિભાજિત કરવામાં આવે છે.

ઇક્વિટી શેરો પર સૌથી વધારે જોખમ અને એના પ્રમાણે સૌથી વધારે

લાભ જળવાઈ રહે છે. કંપનીની વૃદ્ધિનો સૌથી વધારે ફાયદો એમને જ પ્રાપ્ત થાય છે. જ્યાં પ્રેફરેન્સ શેર પર નક્કી લાભ મળે છે, ત્યાં જ ઈક્વિટી શેરો પર નફાની સાથે લાભ વધતો જાય છે.

શેરોના કેટલાંક અન્ય પ્રકાર

પ્રેફરેન્સ અને ઈક્વિટી શેરો સિવાય પણ શેરોના કેટલાંક અન્ય પ્રકાર હોય છે :

(૧) **રાઈટ્સ શેર (Rights Share) :** કંપની જે શેર્સ પોતાની મૂળ પૂંજીમાં વૃદ્ધિ માટે સમય-સમય પર જારી કરે છે, એમને રાઈટ્સ શેર કહે છે. આ એક પ્રકારના ઈક્વિટી શેર જ હોય છે. એમને રાઈટ્સ શેર આથી કહેવામાં આવે છે કે, એમને ખરીદવાનો સૌથી પહેલો અધિકાર કંપનીના જૂના શેર ધારકોને હોય છે. જે શેર હોલ્ડરની પાસે જેટલાં શેર હોય છે, એના જ હિસાબથી એમને વેચવામાં આવે છે.

જો નવા રાઈટ શેર એ જ કિંમત પર વેચવામાં આવી રહ્યા છે, જેમના પર જૂના શેરોને વેચવામાં આવ્યા હતા, તો એમને એટ પાર તથા જો એમની કિંમત વધેલી હોય છે, તો એમને પ્રીમિયમ કહેવામાં આવે છે.

(૨) **બોનસ શેર (Bonus Share) :** પોતાની પૂંજીમાં વૃદ્ધિ માટે જ્યારે કંપની અંશના રૂપમાં શેર જારી કરે છે, તો એને બોનસ શેર કહેવામાં આવે છે. એનું એક નામ પૂંજીકરણ અંશ પણ છે.

બોનસ શેરના અંશધારીઓનાં અંશમાં વૃદ્ધિની સાથે-સાથે અધિક લાભાંશ કમાવાનો અવસર પણ રહે છે.

જ્યારે કોઈ કંપનીની પાસે લાભાંશની મોટી રકમ કોષના રૂપમાં સંયમિત થઈ જાય છે, તો કંપની કોષને બોનસ શેરના રૂપમાં મૂડીમાં પરિવર્તિત કરી લે છે. એને રોકાણકર્તાની પાસે શેરોની સંખ્યાના ગુણોત્તરમાં નિર્ગમિત કરવામાં આવે છે. કોઈ કંપની પ્રથમ બોનસ અંશ નિર્ગમન પછી બાર મહીના પછી જ એનો બોનસ અંશ નિર્ગમિત કરી શકે છે. એનાથી શેર ધારકોને સંચયનો ભાગ લાભાંશના રૂપમાં પ્રાપ્ત ન થઈને અંશના રૂપમાં પ્રાપ્ત થાય છે.

એક ઉદાહરણ દ્વારા એને સમજવું વધારે સરળ રહેશે. માની લો, એક કંપની એક્સ પોતાના શેર ધારકોને ૧ : ૨ના ગુણોત્તરમાં બોનસ અંશ જારી કેર છે, એના

પર પ્રાપ્ત લાભાંશ શું થશે?

ઇક્વિટી શેર કેપિટલ = રૂપિયા ૧,૦૦,૦૦૦

૧,૦૦,૦૦૦ શેર @ ૧૦ પ્રતિ

સંચિત કોષ = રૂપિયા ૨,૦૦,૦૦૦

માની લો, કોઈ વ્યક્તિની પાસે આ કંપનીના ૧૦,૦૦૦ શેર્સ રૂપિયા ૧૦ના હિસાબથી રૂપિયા ૧,૦૦,૦૦૦ મૂલ્યમાં છે, તો એને આ કંપની દ્વારા બોનસ અંશ નિર્ગમિત કરવા પર ૫,૦૦૦ બોનસ અંશ આપવામાં આવશે. (૧૦,૦૦૦ x ૧/૨).

બોનસ અંશોના નિર્ગમન પછી એ વ્યક્તિની પાસે આ કંપનીના ૧૫,૦૦૦ અંશ થઈ જશે અને એને લાભાંશ ૧૫,૦૦૦ અંશો પર મળશે અને એનો લાભાંશ દર વધી જશે.

રોકાણકાર માટે કેટલીક અન્ય જરૂરી જાણકારીઓ

(૧) **સ્ટૉક એક્સચેન્જ :** 'સ્ટૉક એક્સચેન્જ' એક સંગઠિત પૂંજી બજાર છે, જ્યાં પ્રતિભૂતિઓના ક્રેતા અને વિક્રેતા સ્ટૉક બ્રોકરો દ્વારા પ્રતિભૂતિઓનું ખરીદ-વેચાણ કરે છે. એને સ્ટૉક માર્કેટ પણ કહેવામાં આવે છે. સ્ટૉક એક્સચેન્જમાં શેરોનું ખરીદ-વેચાણ લાયસન્સ પ્રાપ્ત શેર દલાલના માધ્યમથી પ્રાપ્ત કરવામાં આવે છે. દલાલો માટે કમીશનની દરબંધી હોય છે, જેને 'બ્રોકરેજ' (દલાલી) કહે છે.

ભારતમાં પ્રથમ સંગઠિત સ્ટૉક એક્સચેન્જની સ્થાપના મુંબઈમાં સન્ ૧૮૮૭માં 'નેટિવ શેર એન્ડ સ્ટૉક બ્રોકર્સ ઍસોસિએશન' (Native Share and Stock Broker Association)ના નામથી થઈ હતી.

દેશમાં આ સ મયે કુલ બાવીસ (૨૨) માન્યતા પ્રાપ્ત સ્ટૉક એક્સચેન્જ - મુંબઈ, કોલકાતા, દિલ્લી, ચેન્નઈ, અમદાવાદ, હૈદરાબાદ, બેંગલુરુ ઇન્દોર, કોચિન, કાનપુર, પુણે, લુધિયાણા, ગોહાટી, મેંગલોર, પટના, જયપુર, કટક, ભુવનેશ્વર, મેરઠ, કોયમ્બતૂર, રાજકોટ તથા વડોદરામાં સ્થિત છે. મુંબઈમાં ત્રણ સ્ટૉક એક્સચેન્જ છે BSE, NSE તથા OTC.

સ્ટૉક એક્સચેન્જની ઉપયોગિતા

સ્ટૉક એક્સચેન્જની ઉપયોગિતા નિમ્નવત છે -

(૧) સ્ટૉક એક્સચેન્જ દેશની અર્થ વ્યવસ્થાની પ્રગતિનું સૂચક હોય છે.

(૨) સ્ટૉક એક્સચેન્જ પૂંજી નિર્માણમાં સહાયક છે.

(૩) સ્ટૉક એક્સચેન્જ કોઈ પણ દેશના ઔદ્યોગિક વિકાસનું પરિચાયક હોય છે.

(૨) બ્લૂ-ચિપ (Blue-Chip) : આ વ્યક્તિગત પસંદની શબ્દાવલી છે, આ શબ્દ પૂંજી બજારમાં રોકાણકાર એ કંપની માટે પ્રયોગ કરે છે, જે સારો વ્યવસાય આપે છે, એમાં અધિકતર એ કંપનીઓ સામેલ હોય છે, જે મોટો કારોબાર, સારી તકનીક, સુદઢ પ્રશાસન તથા વેપારમાં પ્રામાણિકતાના બળ પર સારો લાભાંશ આપે છે.

(૩) તેજડિયાં અને મંદડિયાં : નજીકના ભવિષ્યમાં શેરોના ભાવ વધવાની આશા કરવાવાળા તેજડિયાં કહેવાય છે, એમને બુલ કહેવામાં આવે છે. એમના અધિક કારોબાર કરવાથી બજારમાં તેજી આવે છે અને શેરોના ભાવ વધવા લાગે છે. એવા બજારને બુલ માર્કેટ (Bull Market) કહેવામાં આવે છે. બજાર પ્રતિ નિરાશાજનક ભાવ રાખવાવાળાઓને મંદડિયાં કહેવામાં આવે છે. આમને બિઅર કહેવામાં આવે છે. આમના અધિક પ્રભાવથી બજારમાં મંદી આવી જાય છે.

(૪) બાય-બેક (Buy-back): જ્યારે કોઈ કંપની એ માને છે કે, બજારમાં એના શેરોની યોગ્ય કિંમતથી ઓછા ભાવ મળી રહ્યાં છે, તો તે પોતાની જ પૂંજીથી પોતાના શેર પાછા ખરીદી લે છે. જારની આ સ્થિતિને બાય-બેક કહે છે.

કંપનીનું આવું કરવાથી એની ઈક્વિટી કેપિટલ ઓછી થઈ જાય છે કેમ કે બજારથી પાછા ખરીદવામાં આવેલા શેર બરતરફ કરી દેવામાં આવે છે અને કાયકાકીય રીતે મને ફરીથી જારી નથી કરી શકાતા. એનો લાભ એ થાય છે કે, એનાથી પ્રતિ શેર આવક (ઈ.પી.એસ.) વધી જાય છે, કેમ કે એટલો શુદ્ધ લાભ હવે પહેલાંથી ઓછાં ઈક્વિટી કેપિટલ પર વિભાજિત થાય છે. પરિણામ એ થાય છે કે, બજારમાં કંપનીના શેરને ઉત્તમ પી./ઈ. મળે છે અને શેરના ભાવ બાય બેકથી પહેલાંના ભાવથી ઘણા વધી જાય છે.

શેરોમાં વિભાજન (Stock Split)

કોઈ કંપનીના ઈક્વિટી કેપિટલ પર કોઈ પ્રભાવ નાખ્યા વગર જ્યારે કોઈ કંપની ઉપલબ્ધ શેરોને ઓછા મૂલ્ય (ફેસ વેલ્યૂ)ના શેરોમાં વિભાજિત કરી દેવામાં આવે

છે, તો એને સ્ટૉક સ્પ્લિટ અથવા શેરોમાં વિભાજનનું નામ આપવામાં આવે છે. એનાથી રોકાણકારોને લાભ થાય છે કેમ કે શેર પહેલાંની અપેક્ષાએ સસ્તા થઈ જાય છે. એનાથી શેરમાં ખરીદદારોની રુચિ વધે છે અને બજારમાં એના ભાવ ચઢવા લાગે છે.

ડીમેટ શું છે (What is Demat) પૂંજી બજારની દિવસો-દિવસ વધતી ઉપયોગિતા તેમજ વ્યસ્તતાને ધ્યાનમાં રાખીને હવે બધી પ્રતિભૂતિઓનું અમૂર્તીકરણ અનિવાર્ય કરી દેવામાં આવ્યું છે, જેનાથી કોઈ પણ પ્રકારનું જોખમ તેમજ સ્ટેમ્પ ડ્યૂટીનો ખર્ચો સમાપ્ત થઈ ગયો છે. નેશનલ સિક્યોરિટી ડિપોઝિટરી માટે તથા સેન્ટ્રલ ડિપોઝિટરી સર્વિસિસ ઇન્ડિયા લિ. બુક એન્ટ્રીના રૂપમાં શેરોની ઑર્ડરશિપનો રેકૉર્ડ રાખે છે અને શેર્સનું અંતરણ, સુરક્ષા વગેરે કાર્ય કરે છે. અહીંયા બધા શેર્સ બિન-કાગજી રૂપમાં રાખવામાં આવે છે અને ડિપોઝિટરીમાં રાખવામાં આવેલા શેર્સ જેમના તેમ રહે છે. ડિપોઝિટરીના રેકૉર્ડમાં શેરમાં રોકાણ કરવાવાળા રોકાણકાર બેનિફિશિયલ ઑનર હોય છે તથા ડિપોઝિટરી કંપનીના રેકૉર્ડ રજિસ્ટર્ડ સ્વામી હોય છે. આ પ્રકારે શેરથી સંબંધિત સમસ્ત અધિકાર શેર સ્વામીઓના જ હોય છે.

ડિપોઝિટરી પોતાના એજેન્ટો જેમને સામાન્ય રીતે ડિપોઝિટરી પાર્ટીસિપેન્ટ કહેવામાં આવે છે, એમના માધ્યમથી પોતાના રોકાણકારોથી સંપર્ક રાખે છે. જે પ્રકારે તમે બેંકોમાં પોતાનું ધન રાખો છો અને એની ચુકવણી ખૂબ સરળતાથી ચેક દ્વારા કરી દો છો, એ જ પ્રકારે રોકાણકારના શેરોની ડિપોઝિટરી પાર્ટીસિપેન્ટની પાસે જમા રહે છે અને બેંકની ચેક-બુકની જેમ તમને એક-એક બુક આપવામાં આવે છે, જેનાથી તમે ખૂબ સરળતાથી લેણ-દેણ કરી શકો છો. એના માટે તમને બેંકના એકાઉન્ટની જેમ એક એકાઉન્ટ નંબર પણ આપવામાં આવે છે.

જો તમે પોતાનો શેર્સ વ્યવસાય ડીપીના માધ્યમથી કરવા ઇચ્છો છો, તો સૌથી ઉત્તમ એ છે કે, તમે એ જ ડીપીનો પ્રયોગ કરો, જેને તમારા બ્રોકર કરે છે. ડીપીની પાસે પોતાના શેર ડીમેટ કરાવવાની પ્રક્રિયા કોઈ વધારે મુશ્કેલ પ્રક્રિયા નથી. કોઈ ડીપીની પાસે પોતાનું ડીમેટ એકાઉન્ટ ખોલ્યા પછી બસ તમારે પોતાના શેર રદ્દ કરીને એને સોંપી દેવાના છે. સાથે જ તમે એક 'ડીમેટ રિક્વેસ્ટ ફૉર્મ' (Demat Request Form) ભરીને એને આપવાનું છે, જેમાં તમારા શેરોની ફોલિયો સંખ્યા, સર્ટિફિકેટ નંબર તેમજ અન્ય વિવરણ દર્જ કરવામાં આવે છે. સામાન્ય રીતે બધી પ્રક્રિયાના પૂરા થવામાં લગભગ એક મહીનો લાગી જાય છે. આ પ્રક્રિયાની વિસ્તૃત જાણકારી માટે તમે કોઈ પણ ડીપીથી સંપર્ક કરી શકો છો.

જો તમે ઇચ્છો, તો તમે પુનઃ આ પ્રક્રિયાનું (Demat exalisation) રીમટીરિયાલાઈઝેશન કરીને પૂર્ણ સ્વતંત્રતાની સાથે કરી શકો છો. એનો અર્થ એ થશે કે, પુનઃ તમે પોતાના શેરોને ડીમેટ રૂપમાં પાછા કાગજી શેર સર્ટિફિકેટના રૂપમાં રૂપાંતરિત કરી દો છો.

ડીમટીરિયલાઈઝેશથી જોડાયેલાં કેટલાંક તથ્ય

ડીમેટ શેર્સની ખરીદ (Purchase at Demat Shares?) પબ્લિક ઇશ્યૂમાં રોકાણકાર ડી.પી.ને સૂચિત કરે છે કે, એના એલોટેડ શેર્સને એના ખાતામાં જમા કરે. સેકેન્ડરી માર્કેટથી શેર ખરીદવા માટે તમે ડી.પી.ને એકવાર સ્માર્ટ આદેશ આપો છો.

તમે એ નિશ્ચિત કરી લો કે, તમારા એજેન્ટ તમારા શેર્સને પોતાના ક્લિયરિંગ એકાઉન્ટથી તમારા ડિપોઝિટરી એકાઉન્ટમાં બુક ક્લોઝરથી પહેલાં એન્ટ્રી કરાવી દે છે કે નહીં. જો શેર્સની એન્ટ્રી તમારા દલાલના ક્લિયરિંગ એકાઉન્ટમાં જ રહી જાય છે, તો કંપની દલાલને જ ડિવિડન્ડ કે બોનસ આપશે.

ડીમેટ શેર્સનું વેચાણ (Sale of Demate Shares) : જો તમે પોતાના શેરોને વેચવા ઇચ્છો છો, તો તમે પોતાના ડી.પી.ને એ આદેશ આપશો કે, તમારા દ્વારા વેચવામાં આવેલા શેરોની સંખ્યાને તમારા ખાતામાં નાખી દે અને તમારા દલાલના ક્લિયરિંગ એકાઉન્ટમાં જમા કરી દે. તમારે શેર્સ વેચવા સંબંધિત આ આદેશ પોતાના ડી.પી.ને આપવો પડશે, જેમાં તમે એ ડીમેટ સ્લિપનો પ્રયોગ કરશો, જે તમને ડી.પી. દ્વારા ખાતું ખોલતાં સમયે આપવામાં આવ્યો હતો.

ડીમેટ ખાતુ અને એની કાર્ય પ્રણાલી (Meaning and Working of Demat Account) ડીમેટ દ્વારા તમે પોતાની પ્રતિભૂતિઓનું ખરીદ-વેચાણ કરો છો. આ તમારા શેર્સને સુરક્ષિત અને સુવિધાજનક રાખવાની રીત છે.

ડીમેટ ખાતામાં તમને નામાંકન સુવિધા પણ પ્રાપ્ત થાય છે, આઈ.પી.ઓ. રાઇટ્સ તથા બોનસમાં ફાળવાયેલાં શેરોને સીધી રીતે રોકાણકારના ખાતામાં ક્રેડિટ કરી દેવામાં આવે છે. તમારે ડિલિવરી ઇન્સ્ટ્રક્શન સ્લિપ બુકને હંમેશાં સુરક્ષિત રાખવી જોઈએ.

જો તમે વારંવાર ટ્રાન્ઝેક્શન નથી કરતાં, તો તમારા ડીમેટ ખાતા માટે આપવામાં આવેલી ફ્રીજિંગ સુવિધાનો પ્રયોગ કરો. તમે ઇન્ટરનેટના માધ્યમથી પૂર્ણ સુવિધાજનક ઢંગથી પોતાના ડીમેટ ખાતાને મૉનીટર કરી શકો છો. સી.ડી.એસ.એલ.ની ઇન્ટરનેટ

સુવિધા 'હની'થી તમે પોતાના ડીમેટ ખાતાની સ્થિતિ જાણી શકો છો અને એનાથી તમને હોલ્ડિંગનું દૈનિક મૂલ્યાંકન પણ મળે છે.

એ સંદેહથી બચવા માટે કે, ક્યાંક પ્રતિભૂતિઓની ખોટી ટ્રાન્સફર ના થઈ જાય, સી.ડી.એસ.એલ.ના દરે ખાતાને વિશેષ નંબર ફાળવવામાં આવે છે. આ નંબર ૧૬ અંકોનો હોય છે. પ્રથમ ૮ અંક ડી.પી.આઈ.ડી. તથા અંતિમ ૮ અંક ક્લાઈન્ટ આઈ.ડી. હોય છે. ઉદાહરણ માટે નમૂના નંબર નિમ્નવત્ છે :

ડી.પી.આઈ.ડી.	**ક્લાઈન્ટ આઈ.ડી.**
૧૨૪૦૧૦૦૫	૦૦૪૮૦૩૨૧

ડીમેટ એકાઉન્ટ પર પ્રાપ્ત સુવિધાઓ

નિમ્નલિખિત સુવિધાઓ તમે ડીમેટ એકાઉન્ટથી પ્રાપ્ત કરી શકો છો :

(ક) **લોન સુવિધા :** તમે પોતાના ડીમેટ હોલ્ડિંગ્સ પર લોન લઈ શકો છો. પરંતુ એના માટે તમારે પોતાના એકાઉન્ટની સિક્યોરિટીઝને લોન આપવાવાળી બેંકની પાસે ગિરવી રાખવી પડશે.

(ખ) **સ્પીડ ઈ** - આ એક ઈન્ટરનટ દ્વારા ડિલીવરી નિર્દેશોને આપવાની સુવિધા છે, આ સુવિધા માટે તમે પોતાના ડી.પી.થી કહી શકો છો.

(ગ) **નામાંકનની સુવિધા** - ડીમેટ એકાઉન્ટ પર તમને નામાંકનની સુવિધા મળે છે. એકલ કે સંયુક્ત એકાઉન્ટ ખાતા રાખવાવાળા વ્યક્તિ આ સુવિધાનો ઉપયોગ કરી શકે છે. ખાતા ધારકની મૃત્યુની સ્થિતિમાં શેરને પ્રાપ્ત કરવા માટે નામિત વ્યક્તિને ડી.પી.થી મળીને કાનૂની કાર્યવાહી કરવી પડે છે.

(ઘ) **આઈ.ડી.ઈ.એ.એસ. (I.D.E.A.S.) :** આ સુવિધા દ્વારા તમે પોતાની હોલ્ડિંગ્સને ઈન્ટરનેટ પર જોઈ શકો છો.

બોલ્ટ તેમજ નીટ પ્રણાલી (Bolt & Neat Method)

શેરોના વધતાં કારોબાર તેમજ મધ્યમવર્ગીય જનતાથી લઈને ઉચ્ચવર્ગ સુધીની સહભાગિતાને કારણે આજે આ બજાર દિવસે-દિવસે નવા આયામ નક્કી કરી રહ્યું છે. હવે સ્ટૉક એક્સચેન્જમાં ઊભા થઈને બોલી લગાવવાની જગ્યાએ આ સંપૂર્ણ વ્યવસાય ખૂબ જ આરામથી બ્રોકર પોતાના કાર્યાલયમાં લાગેલા કૉમ્પ્યૂટરથી ગ્રાહકો માટે શેર્સ ખરીદી અને વેચી શકે છે. આ કારોબાર કૉમ્પ્યૂટરના માધ્યમથી બોલ્ટ

તેમજ નીટ પ્રણાલીના માધ્યમથી જ કરવામાં આવે છે. બોલ્ડ બી.એસ.ઈ.ની કૉમ્પ્યૂટરીકૃત કારોબાર પ્રણાલી છે અને નીટ એન.એસ.ઈ.ની પ્રણાલી. આ આખો કારોબાર સોમવારથી શુક્રવાર સવારે ૯.૫૫ થી બપોરે ૩.૩૦ સુધી કરવામાં આવે છે. આ પ્રણાલીની મદદથી શેરનો કારોબાર એક સંપૂર્ણ ભારતવ્યાપી, સ્વચાલિત, કૉમ્પ્યૂટરીકૃત નેટવર્કના માધ્યમથી તત્કાળ થઈ જાય છે.

આ પ્રણાલીના કેટલાય લાભ મળે છે - સર્વપ્રથમ તો એનાથી કારોબારમાં પારદર્શિતાની વૃદ્ધિ થઈ છે, હવે રોકાણકાર પોતાના શેર્સ ખરીદવા કે વેચવાનો ઑર્ડર દર્જ કરીને એને તુરંત પૂરો થતો જોઈ શકે છે. તેઓ હવે પોતાના સોદા ઠીક એ જ કિંમતો પર કમી શકે છે, જેના પર તેઓ ઇચ્છે છે. હવે દેશના કોઈ પણ ખૂણામાં બેસેલા વ્યવસાયી અથવા રોકાણકાર આ પ્રણાલીના માધ્યમથી મુંબઈમાં બેસેલા વ્યવસાયીની જેમ જ કામ કરી શકે છે.

ફ્યૂચર્સ તેમજ ઑપ્શન્સ (Futures & Options)

ફ્યૂચર્સ બજારમાં ફક્ત કેટલાંક વિશિષ્ટ અને પસંદ થયેલા શેરોનો કારોબાર થાય છે. રોકડ (ઑપ્શન્સ) બજારમાં રોકડા રૂપિયાથી ખરીદ તથા વેચાણ કરવામાં આવે છે. ફ્યૂચર્સ બજારમાં ફક્ત સોદામાં થયેલાં લાભ અથવા નુકસાનની રોકડ ચુકવણી કરવામાં આવે છે.

ફ્યૂચર્સ બજારમાં તમારા ખરીદવામાં આવેલા શેરોના પૈસા નથી આપવા પડતા, તમે ફક્ત માર્જિન મની માત્ર અદા કરો છો, જે તમારા ખરીદેલા શેરોના કુલ મૂલ્યના ૧૦ થી ૨૦ ટકા સુધી હોઈ શકે છે, વિભિન્ન કૉન્ટ્રાક્ટોની માર્જિન મની સમય-સમય પર એક્સચેન્જ દ્વારા નક્કી કરવામાં આવે છે.

ફ્યૂચર્સ કારોબાર શેર વેપારીઓને આમ તો અત્યંત આકર્ષક લાગે છે કેમ કે, આજના પરિવેશમાં માત્ર માર્જિન મનીના કેટલાંક લાખ ચુકવીને વેપારી એનાથી કેટલાય ગણાનો કારોબાર કરી શકે છે, પણ આ બેધારી તલવાર છે, જેમાં અધિક લાભના ચક્કરમાં ભારે નુકસાન પણ સહન કરવું પડે છે. 'ફ્યૂચર્સ' અને 'ઑપ્શન્સ' અનુભવી વેપારીઓ અને સટ્ટેબાજો માટે જ ઉપયુક્ત છે. સામાન્ય રીતે સામાન્ય રોકાણકારને એનાથી દૂર રહેવાની જ સલાહ આપવામાં આવે છે. પરંતુ જો તમે એમાં હાથ અજમાવવા ઇચ્છો છો, તો સ્ટેમ્પ ઑર્ડરનો પ્રયોગ કરો, જેનાથી ઓછું નુકસાન થાય.

ઑપ્શન્સ

આ પણ એક પ્રકારના ફ્યૂચર્સ કારોબારની જેમ જ છે. જ્યારે કોઈ રોકાણકાર કોઈ કૉન્ટ્રેક્ટ પર ઑપ્શન્સ ખરીદે છે, તો અવધિ સમાપ્ત થવાથી પહેલાં એને કોઈ પણ એવી કિંમત પર ખરીદવા કે વેચવા માટે એક પ્રીમિયમ ચુકવે છે, જે કિંમતથી એમાં નફો કે નુકસાન ઓછામાં ઓછાં હોય. જો તે કૉન્ટ્રેક્ટ સમાપ્ત કરવાના આ વિકલ્પનો પ્રયોગ નથી કરતો, તો એને પોતાના એ પ્રીમિયમનું નુકસાન થશે, જે એણે ઑપ્શન્સની ખરીદી માટે ચૂકવ્યું હતું. ફ્યૂચર્સની અપેક્ષાએ ઑપ્શનને અધિક સુરક્ષિત માનવામાં આવે છે કેમ કે ફ્યૂચર્સના કારોબાર ખૂબ જટિલ હોય છે, એમનામાં ઘણાં અનુભવની જરૂર હોય છે. તેથી નવા રોકાણકારોએ એનાથી દૂર જ રહેવું જોઈએ.

સેબી (Securities & Exchange Board of India)

સેબી સંસદની સ્વીકૃતિથી બનેલી ભારત સરકારની એક વૈધાનિક સંસ્થા છે, જે શેર બજારથી સંબંધિત બધી કાર્ય પ્રણાલીઓ પર દૃષ્ટિ રાખે છે. એનું સૌથી મુખ્ય કાર્ય રોકાણકારોના હિતોને સુરક્ષિત રાખવાનું હોય છે. આ કોઈ પણ કંપની અથવા દલાલને એના અવૈધાનિક કાર્ય અથવા કોઈ કપટપૂર્ણ આચરણ પર દંડિત કરી શકે છે. એના વ્યવસાય પર રોક લગાવી શકે છે. કોઈ પણ કંપનીએ પોતાનો પબ્લિક ઇશ્યૂ બજારમાં ઉતારવાથી પહેલાં સેબીની પૂર્વાનુમતિ લેવી જરૂરી હોય છે.

શેર બજાર સૂચકાંકનો અર્થ શું છે? : સૂચકાંક મૂળ રીતે એક માપનયંત્ર જેવું કામ કરે છે, જે બજાર તેમજ શેર કારોબારના સંપૂર્ણ વ્યવહારની તપાસ કરે છે. બીજા શબ્દોમાં સૂચકાંક મૂળરૂપથી એ પસંદગીના શેરોની સરેરાશ હોય છે, જે લગભગ પૂરા શેર બજારનું પ્રતિનિધિત્વ કરે છે. આ પસંદ થયેલા શેરોમાં સામાન્ય રીતે લિક્વિડિટીનું સ્તર અધિક હોય છે. બજારમાં અને રોકાણકારોની પાસે આ શેર ખૂબ વધારે માત્રામાં હોય છે અને કારોબાર પણ એમનામાં ખૂબ વધારે માત્રામાં થાય છે. જો કોઈ રોકાણકારને એ જાણ લગાવવી હોય કે, બજારમાં તેજી આવી રહી છે કે મંદી તો એણે ફક્ત એ સમયનો સૂચકાંક જોવાની જરૂર હોય છે, એના માટે એને બજારના બધા શેરોનો ભાવ જાણવાની કોઈ જરૂર નથી હોતી. સામાન્ય રીતે સૂચકાંક પૂરા શેર બજારનો દ્યોતક હોય છે.

સૂચકાંકની સહાયતાથી જ મ્યૂચ્યુઅલ ફંડ પણ પોતાના પોર્ટફોલિયોનું મૂલ્યાંકન

કરે છે. કેટલાંક મ્યૂચ્યુઅલ ફંડ તો ઈન્ડેક્સ ફંડ પણ આપે છે, જેમનામાં સૂચકાંકમાં સામેલ કંપનીઓમાં રોકાણ કરવામાં આવે છે, એનાથી સૂચકાંકના જ સમાન લાભ મળે છે.

બી.એસ.ઈ.નો સેન્સિટિવ ઈન્ડેક્સ, જેને બોલચાલની ભાષામાં સેન્સેક્સ પણ કહેવામાં આવે છે - ભારતમાં સૌથી અધિક પ્રયોગ કરવામાં આવવાવાળો સૂચકાંક છે. એનું ગઠન ૧૯૮૬માં કરવામાં આવ્યું હતું. સેન્સેક્સનું મૂળ વર્ષ ૧૯૭૮-૭૯ રાખવામાં આવ્યું. એ વર્ષમાં સેન્સેક્સનું મૂલ્ય ૧૦૦ માની લેવામાં આવ્યું. સેન્સેક્સમાં ૩૦ એ શેરોને સામેલ કરવામાં આવે છે, જે દૈનિક કારોબારના આધાર પર બજારને સર્વાધિક પ્રભાવિત કરી રહ્યાં હોય છે. દરેક શેરને બજારમાં એના પૂંજીકરણ કુલ શેરોની ગણના ગુણ્યા શેરના ભાવથી આંકવામાં આવે છે. આથી શેરોના ભાવમાં કોઈ પણ બદલાવથી સેન્સેક્સ ખૂબ જલ્દી પ્રભાવિત થઈ જાય છે.

બીજો અન્ય એક મહત્ત્વપૂરઅણ સૂચકાંક છે - એસ ખંડ પી સી સૂચકાંક, જેને સામાન્ય રીતે નિફ્ટીના નામથી પણ ઓળખવામાં આવે છે. આ નેશનલ સ્ટૉકનો મુખ્ય સૂચકાંક છે, જેમાં લગભગ ૨૦ અલગ-અલગ ક્ષેત્રોમાં ૫૦ શેર્સ સામેલ છે. એન.સી.ઈ. પર થવાવાળઆ કુલ કારોબારના ૬૫ થી ૭૦ ટકા કારોબાર નિફ્ટી શેરોમાં જ થાય છે.

સેન્સેક્સ તેમજ નિફ્ટીના શેરોની સૂચી તમને એમની વેબસાઈટ પર મળી જાય છે. શેર ખરીદવા કે વેચવાથી પહેલાં તમારે ડી.પી.ની પાસે પોતાનું ડીમેટ ખાતુ ખોલાવવું પડશે, જેમ કે પહેલાં બતાવવામાં આવ્યું છે. બી.એસ.ઈ. તેમજ એન.એસ.ઈ. પર ફક્ત ડીમેટ પ્રતિભૂતિઓનો જ કારોબાર થાય છે.

જ્યારે તમે શેર ખરીદો છો, તો એનો કૉન્ટ્રેક્ટ એટલે સોદાની પુષ્ટિ મળતાં જ તમારે બ્રોકર કે સબ બ્રોકરને પૈસા આપવાની જરૂર પડશે. બ્રોકર કૉન્ટ્રેક્ટ શીટ જારી કરે છે અને સબ બ્રોકર કન્ફર્મેશન મેમો. આ જ પ્રકારે શેર વેચવા પર પણ તમને કૉન્ટ્રેક્ટ શીટનું કન્ફર્મેશન મળતાં જ તમારે શેર પોતાના બ્રોકર કે સબ બ્રોકરના ડીમેટ ખાતામાં જમા કરાવવા પડશે. જ્યારે તમે શેર ખરીદો છો, તો શેર પહેલા બ્રોકરના ડીમેટ ખાતામાં આવે છે, એના પછી તમે એને પોતાના ડીમેટ ખાતાના વિવરણની સાથે શેરોને તમારા ખાતામાં જમા કરાવવાના નિર્દેશ આપી શકો છો.

જ્યારે તમે શેર વેચો છો, તો પોતાના ડી.પી.નો નિર્દેશ આપીને તમે આ શેર પોતાના ડીમેટ ખાતાથી નિકાળીને પોતાના બ્રોકરના ખાતામાં જમા કરાવો છો.

એના માટે ડી.પી.ની ઇન્સ્ટ્રક્ટર સ્લિપ આપતા સમયે એમાં બ્રોકરના ડીમેટ ખાતાનું વિવરણ પણ સામેલ કરી લેવામાં આવે છે. આ નિર્દેશ આપવાની પ્રણાલી થોડી જટિલ હોય છે તેમજ બધા ડી.પી. અલગ-અલગ પ્રણાલીનો ઉપયોગ કરે છે, તેથી આ સંબંધમાં પોતાના બ્રોકરની મદદ લો.

બ્રોકરને નિર્દેશ આપવો

શેરોનાં સોદા કરવા માટે તમે પોતાના બ્રોકર કે સબ બ્રોકરને મુખ્ય રૂપથી ત્રણ પ્રકારનો નિર્દેશ આપી શકો છો.

૧. ફિક્સ્ડ પ્રાઇઝ ઑર્ડર અથવા લેખિત ઑર્ડર

૨. સ્ટૉપ લૉસ ઑર્ડર

૩. માર્કેટ ઑર્ડર

(૧) ફિક્સડ પ્રાઇઝ ઑર્ડર (Fixed Price Order) : ફિક્સ્ડ પ્રાઇઝ ઑર્ડર તે નિર્દેશ હોય છે, જેનાથી તમે એક નક્કી મૂલ્ય પર શેર ખરીદવા કે વેચવાનો નિર્દેશ આપે છે. સામાન્ય રીતે રોકાણકાર બ્રોકર કૉમ્પ્યૂટર પર નજરે પડી રહેલાં ચાલૂ ભાવથી થોડાં ઉપર કે થોડાં નીચે જ ભાવ નક્કી કરે છે. માર્કેટ ઑર્ડરની અપેક્ષાએ ફિક્સ પ્રાઇઝ ઑર્ડરથી તમે શેરોના ભાવમાં ઉતાર-ચઢાવની અનિશ્ચિતતાથી બચી શકો છો. આ નિર્દેશ મોટા સોદાઓ માટે અથવા પછી એ શેરો માટે વધારે ઉપયુક્ત રહે છે, જેમનામાં સામાન્ય રીતે કારોબાર નથી થતાં. જો તમે કોઈ પૂર્વ નિર્ધારિત કિંમત પર શેર ખરીદવા કે વેચવા ઇચ્છો છો, તો ફિક્સ્ડ પ્રાઇઝ ઑર્ડરનો ઉપયોગ કરી શકો છો.

(૨) સ્ટૉપ લૉસ ઑર્ડર (Stop Loss Order) : આ નિર્દેશમાં રોકાણકાર એક નક્કી કિંમતની સાથે બ્રોકરના કૉમ્પ્યૂટરમાં એક અન્ય કિંમત પણ નિર્ધારિત કરે છે, જેને ટ્રિગર પ્રાઇઝ કહે છે. જેવો જ બજારમાં શેરનો ભાવ આ ટ્રિગર પ્રાઇઝ સુધી પહોંચે છે, તમારો ઑર્ડર સક્રિય થઈ જાયછે. આ ટ્રિગર પ્રાઇઝ ઑર્ડર આપતાં સમયે બજારમાં ચાલી રહેલાં ભાવથી વધારે કે ઓછી હોવી જોઈએ. જે વેપારી કે સટ્ટેબાજ પોતાનું નુકસાન સીમિત રાખવા ઇચ્છે છે અથવા પૂર્વ નિર્ધારિત સ્તર પર લાભ કમાવા

ઇચ્છે છે, તે સ્ટૉપ લૉસ ઑર્ડરનો ઉપયોગ કરે છે. બજારમાં ઉતાર-ચઢાવની પરિસ્થિતિઓમાં આ ઉપયોગી સાબિત થઈ શકે છે.

(ક) જો તમે એક વેપારી છો, જેણે શેર ખરીદ્યાં કે વેચ્યા છે, પણ બજારની ઉલ્ટી દિશામાં ચાલવાની સ્થિતિમાં પોતાને નુકસાનથી બચાવવા ઇચ્છીએ છીએ - એવામાં તમે સ્ટૉપ લૉસ ઑર્ડરનો ઉપયોગ પોતાનું નુકસાન સીમિત કરવા માટે કરી શકો છો.

(ખ) આ એ રોકાણકારો માટે પણ ઉપયોગી છે, જે શેર ખરીદવા કે વેચ્યા પછી બજાર ભાવ પર નજર નથી રાખી શકતા.

(ગ) જો તકનીકી વિશ્લેષણ તમને બતાવે છે કે, કોઈ વિશિષ્ટ સ્તર પર શેરના ભાવમાં તેજી કે મંદી આવવાની શક્યતા છે, તો સ્ટૉપ લૉસ ઑર્ડરની સદસ્યતાથી શેરને તે પૂર્વ નિર્ધારિત સ્તર પાર કર્યા પછી જ ખરીદી તેમજ વેચી શકો છો. ઘણાં બધા વેપારી આ ઑર્ડરનો ઉપયોગ ત્યારે કરે છે, જ્યારે એમના વિશ્લેષણ અનુસાર એક પૂર્વ નિર્ધારિત સ્તર પર કર્યા પછી શેરનો ભાવ તેજીથી વધશે કે કથળશે.

(૩) **માર્કેટ ઑર્ડર (Market Order) :** આ ઑર્ડરનો ઉપયોગ ત્યારે કરવામાં આવે છે, જ્યારે શેર દલાલના કૉમ્પ્યૂટર પર જોવામાં આવેલા બજારમાં ભાવ પર પોતાના શેર ખરીદવા કે વેચવા ઇચ્છતા હોય.

ઉદાહરણ માટે માની લો, તમે કોઈ કંપનીમાં ૧૦૦ શેર ખરીદવા માટે બ્રોકરને માર્કેટ ઑર્ડર આપો છો. હવે માની લો કે, કૉમ્પ્યૂટર તમને બતાવે છે કે, બજારમાં ચાલી રહેલા ૪૦ રૂપિયા પ્રતિ શેર ભાવ પર ફક્ત ૬૦ શેર ઉપલબ્ધ છે, બાકી ૪૦ શેર વેચવાવાળા કેટલાંક અન્ય લોકો ૪૨ રૂપિયા પ્રતિ શેર માંગ કરી રહ્યા છે. આ સ્થિતિમાં બ્રોકર તમારા માટે ૬૦ શેર ૪૦ રૂપિયાના ભાવ પર અને ૪૦ શેર ૪૨ રૂપિયાના ભાવ પર ખરીદશે. બજારમાં ખૂબ વધારે ઉતાર-ચઢાવના સમયે અથવા કોઈ મોટા સોદાના સમયે આ પ્રક્રિયાનું પાલન ના કરો, તો ઉત્તમ છે. આ એ શેરો માટે પણ ઉપયુક્ત નથી, જેમની બજારમાં ખૂબ ઓછી માંગ હોય. માર્કેટ ઑર્ડરનો ઉપયોગ ત્યારે જ કરો, જ્યારે તમે જલ્દીમાં કોઈ શેર ખરીદવા અથવા વેચવા

ઇચ્છતા હો અને સોદાના ભાવને લઈને અધિક ચિંતિંત ના હો.

પ્રારંભિક દસ્તાવેજ (Immetual Documents)

પોતાનો કારોબાર કોઈ બ્રોકરની સાથે શરૂ કરવાથી પહેલાં તમારે ખાતું ખોલવા માટે બે ફૉર્મ ભરવા પડશે -

૧. ક્લાઇન્ટ ઇન્ટ્રોડક્ટરી ફૉર્મ

૨. બ્રોકર ક્લાઇન્ટ એગ્રીમેન્ટ

આ ફૉર્મને ભરવામાં બ્રોકર તમારી મદદ કરશે. એના માટે તમારે પોતાનું નામ, સરનામું, આયકર, પાન નંબર, બેંક ખાતાનું વિવરણ વગેરે આપવું પડશે. આ બંને ફૉર્મનું માળખું સેબી દ્વારા નક્કી કરવામાં આવ્યું છે. દેશમાં ઇક્વિટી કલ્ચરને વિકસિત કરવામાં શેર બજારે મહત્ત્વપૂર્ણ ભૂમિકા નિભાવી છે. મુંબઈ શેર બજારમાં દરરોજ લગભગ ૨૫૦૦ કંપનીઓની ટ્રેડિંગ થાય છે.

ટ્રેડિંગ સેટલમેન્ટ (Trading Settlement)

શેર બજારમાં અત્યારે ટી પ્લસ ટૂ નિયમથી જરૂરી રોલિંગ સેટલમેન્ટ થાય છે. વિશ્વમાં ઘણાં ઓછા દેશોના શેર બજારોની પાસે ટી પ્લસ ટૂ સેટલમેન્ટની પ્રક્રિયા થવાથી આજે વિશ્વમાં ભારતીય શેર બજારની ગણના અતિ આધુનિક શેર બજારોમાં કરવામાં આવે છે. ટી પ્લસ ટૂ સેટલમેન્ટ પ્રક્રિયા અંતર્ગત રોકાણકારોને વેચવામાં આવેલા અથવા ખરીદાયેલાં શેરોની ડિલીવરી કે પેમેન્ટ શીઘ્રતાથી કરાવવાનો ઉદ્દેશ્ય રહે છે. ટી પ્લસ ટૂ સેટલમેન્ટ અંતર્ગત ટ્રેડિંગના દરેક ત્રીજા દિવસે શેરોનું પે-ઇન અને પે-આઉટ થઈ જાય છે. દેશમાં શેરોમાં ડીયેટેરિયલાઇઝેશન (ડીમેટ) કારોબારના કારણે સેટલમેન્ટ પ્રક્રિયા તેજ કરવામાં શેર બજાર સફળ થયું છે.

હરાજી પ્રક્રિયા (Auction Process)

ત્વરિત સેટલમેન્ટ પ્રક્રિયાની સાથે ડીમેટ સુવિધા પણ વિકસિત કરવાથી શેરોની હરાજી સંખ્યા નિયંત્રિત થઈ રહી છે. પે-ઇનની નિર્ધારિત તારીખ સુધી જો કોઈ રોકાણકાર પોતાના દલાલથી શેરોની ડિલીવરી મેળવવામાં નિષ્ફળ થાય, તો જરૂરી હરાજી પ્રક્રિયા શરૂ કરવામાં આવે છે. આથી રોકાણકારો માટે સમય પર શેરોની ડિલીવરી આપવી અત્યંત મહત્ત્વપૂર્ણ હોય છે.

સર્કિટ બ્રેકર (Circuit Breaker)

શેર બજારમાં કોઈ સ્ક્રિપમાં અસાધારણ ઘટ-વધ થાય, તો એના ઉછાળા અથવા ગિરાવટને સીમિત કરવા માટે સર્કિટ બ્રેકરનો ઉપયોગ કરવામાં આવે છે. સર્કિટ બ્રેકરની સીમા ૨ ટકાથી ૨૦ ટકા સુધી રહે છે. જો કે, ડેરિવેટિવ્સ સેગમેન્ટમાં સમાવિષ્ટ સ્ક્રિપ્સને એનાથી મુક્ત રાખવામાં આવી છે. શેર બજાર સમય-સમય પર પરિસ્થિતિઓને ધ્યાનમાં રાખીને સર્કિટ બ્રેકરમાં ફેરબદલ કરતું રહે છે.

૩

શેરની પસંદગી

એ જોવામાં આવ્યું છે કે, રોકાણકાર શેર બજારમાં મૂડી લગાવવાથી પહેલાં ટિપ્સ કે સલાહ અવશ્ય ઈચ્છે છે. એવા ખૂબ જ ઓછાં રોકાણકાર હશે, જે ખુદ કોઈ પણ સલાહ વગર રોકાણ કરતાં હશે. આને ધ્યાનમાં રાખીને અહીંયા કેટલીક ટિપ્સ આપવામાં આવી રહી છે, જે રોકાણના સમયે ધ્યાનમાં રાખવી જોઈએ.

સાધારણ આર્થિક ટ્રેન્ડ

સર્વપ્રથમ ટૉપ ડાઉન ઍપ્રોચમાં આપણે સાધારણ અર્થવ્યવસ્થા પર એક નજર નાખીએ. અર્થવ્યવસ્થા એક સાગરની લહેરની જેમ છે. જ્યારે કે વિભિન્ન ઔદ્યોગિક સમૂહ અને વ્યક્તિગત કંપનીઓ નાવો (હોડીઓ)ની સમાન છે. જ્યારે અર્થવ્યવસ્થામાં તેજી આવે છે, તો આ સમૂહ તેમજ કંપનીઓ લાભ કમાય છે અને અર્થવ્યવસ્થાના ઉતાર દરમિયાન આ કંપનીઓ તેમજ સમૂહ નકારાત્મક રૂપથી પ્રભાવિત થાય છે.

સમૂહની પસંદગી

બજારમાં ઔદ્યોગિક સમૂહની સક્રિયતાને નિર્ધારિત કરવા માટે રોકાણકાર વિકાસ દર, માર્કેટ સાઇઝ અને અર્થવ્યવસ્થાના મહત્ત્વનું વિશ્લેષણ જરૂર કરવા ઇચ્છશે. જેમ-જેમ શેર ઉતરતાં-ચઢતાં રહે છે, તેમ-તેમ તે સમૂહ પણ ઉતાર-ચઢાવથી પસાર થતો રહે છે, જે રોકાણકારને પ્રભાવિત કરે છે.

સર્વશ્રેષ્ઠ પસંદ કરો

ગ્રુપની પસંદગી કર્યા પછી રોકાણકારને સમૂહની વિભિન્ન કંપનીઓનું વિસ્તારથી વિશ્લેષણ કરવું જોઈએ. રોકાણકારે એ કંપનીઓની પસંદગી કરવી જોઈએ, જે પોતાના સેક્ટરમાં સર્વશ્રેષ્ઠ પ્રદર્શન કરે. આ પ્રકારની કંપનીઓમાં એ કંપનીઓને સામેલ કરવામાં આવી શકાય છે, જે પોતાના વિસ્તારને લઈને હંમેશાં આશ્વસ્ત રહી હોય.

એમાં આ કંપનીઓ પણ હોઈ શકે છે, જે નવા પ્રબંધન લક્ષ્યની પ્રાપ્તિ માટે પ્રયાસરત છે. એક રોકાણકાર એ કંપનીઓની પણ તપાસ કરી શકે છે, જે મોટા સ્તર પર અને તકનીકી સહયોગથી પોતાનો લાભ વધારવા માટે સંયુક્ત કાર્ય કરવા જઈ રહી હોય. તમારે સૌથીપહેલાં કંપની કે સમૂહના વ્યવસાય, પ્રતિસ્પર્ધી વાતાવરમ તેમજ ભવિષ્યની યોજનાઓને સમજવી જોઈએ.

કંપનીઓની રેન્ક કયા પ્રકારે માર્કેટ શેર, ઉત્પાદન અને પ્રતિયોગી પ્રતિસ્પર્ધાઓ દ્વારા નિર્ધારિત થાય છે, વર્તમાન લીડર કોણ છે? અને એક શેરમાં થળાવાળા બદલાવ કયા પ્રકારે વર્તમાન સંતુલનને પ્રભાવિત કરે છે. કોઈ કંપનીના પ્રતિયોગી વાતાવરણનો અભ્યાસ સાચી અને ખોટી કંપનીની પસંદગીને નિર્ધારિત કરે છે.

રોકાણકારે પ્રતિ શેર મૂલ્યના સકારાત્મક અને નકારાત્મક પ્રભાવોનો પણ અભ્યાસ કરવો જોઈએ. સૌથી પહેલાં એ કંપનીઓની પસંદગી કરવી જોઈએ, જે સકારાત્મક આવક પ્રતિ હંમેશાં આશ્વસ્ત છે અને જેમની આવક સકારાત્મક રહી હોય. આ ડેટા કંપનીઓના વાર્ષિક ડેટા સેક્શનથી પ્રાપ્ત કરી શકાય છે.

વાર્ષિક વિકાસ દર

કંપનીઓનાં દીર્ઘકાલીન લાભ માટે વિકાસ દર આધારનું કાર્ય કરે છે. એને કંઈક આ પ્રકારે સમજી શકાય છે. જો ચાલૂ નાણાંકિય વર્ષનો લાભ પ્રથમ પાંચ વર્ષોની અપેક્ષાએ બમણો હોય, તો એનો અર્થ છે કે, વિકાસ દર ૧૫ ટકા વાર્ષિકના દરથી વધી રહ્યો છે. આ પ્રકારનો તુલનાત્મક અભ્યાસ ઔદ્યોગિક સમૂહની સરેરાશથી પણ કરી શકાય છે.

નફા-નુકસાનનું મૂલ્યાંકન

રોકાણકાર કંપની કે ફર્મના ત્રિમાસિક વેચાણ અને પ્રતિ શેર વેચાણના પરિણામનો પાછલી ત્રિમાસિકથી તુલનાત્મક અભ્યાસ કરવા પર નફા કે નુકસાનના પરિણામ સુધી પહોંચી શકાય છે. ત્રિમાસિક નુકસાન કોઈ પણ કંપનીના ભવિષ્ય માટે શુભ સંકેત નથી થઈ શકતું અને રોકાણકારે આ નુકસાનના કારણોને જાણવાનો પ્રયત્ન કરવો જોઈએ.

લાભ માત્રા પ્રવૃત્તિ (પ્રોફિટ માર્જિન ટ્રેન્ડ)

રોકાણકાર જં કંપની કે ફર્મના શેરમાં રોકાણ કરવા ઇચ્છે છે, એને એ કંપનીની શુદ્ધ લાભ માત્રા અને એની પ્રવૃત્તિનો સારી રીતે અભ્યાસ કરી લેવો જોઈએ. જો

આયકરના દરો મોટાભાગે સ્થિર રહ્યાં છે, તો એનાથી કરથી પહેલાં જ લાભ માત્રા પ્રવૃત્તિ અથવા પ્રી-ટેક્સ પ્રોફિટ માર્જિનનું સારું અનુમાન લાગી જાય છે. કર (ટેક્સ)થી પહેલાંના લાભની માત્રામાં અંતર ફક્ત કરના દરનો હોય છે. વાર્ષિક લાભ તેમજ નુકસાન ખાતું શુદ્ધ લાભથી ઠીક પહેલાં આયકરનો દર દર્શાવે છે. આ જ દર જો વિગત પાંચ વર્ષોમાં મોટાભાગે સ્થિર રહ્યો છે, તો આપણે શુદ્ધ લાભની માત્રાની જાણ લગાવી શકીએ છીએ.

ઋણ/ઈક્વિટી

કોઈ પણ કંપનીનું ઋણ/ઈક્વિટી ગુણોત્તર એ વાત પર નિર્ભર કરે છે કે, કે કઈ ઈન્ડસ્ટ્રીમાં કાર્યરત છે. ઉદાહરણ માટે પૂંજીની મોટી માત્રા પર નિર્ભર રહેવાવાળા ઉદ્યોગ જેમ કે ઑટો મેન્યૂફેક્ચરિંગમાં આ ગુણોત્તર બેથી ઉપરહોવો અનુમાનિત થાય છે, જ્યારે કે વ્યક્તિગત પ્રયોગ માટે કૉમ્પ્યૂટરવાળી કંપનીમાં ૦.૫થી નીચે. જો કંપનીની વધેલી ગતિવિધિઓ અથવા કાર્યક્ષેત્ર માટે ધન એકઠું કરવા માટે અધિક ઋણ લેવામાં આવે છે, તો કંપનીની આવક આ ઋણ વગર થવાવાળી આવકથી અધિક થવાની સંભાવના હોય છે. જો આ ઋણ ફાઈનેન્સિંગથી આવક, ઋણનો ખર્ચ (વ્યાજ)થી ખૂબ વધારે માત્રામાં વધે છે, તો શેર ધારકો (શેર હોલ્ડર્સ)ને લાભ મળે છે. કેમ કે વધેલી આવક એટલા જ શેર ધારકો સુધી પહોંચે છે. એના વિપરીત જો ઋણ ફાઈનેન્સિંગનો ખર્ચ એનાથી થવાવાળી આવકથી વધારે થઈ જાય છે, તો કંપનીના દેવાળિયાં થવાનું જોખમ ઉત્પન્ન થઈ જાય છે, જેની અસર આખરે શેર ધારકો પર જ પડે છે.

પ્રતિ શેર આવક (રિટર્ન ઑન ઈક્વિટી)

આર.ઓ.આઈ. (રિટર્ન ઑન ઈક્વિટી) અથવા પ્રતિ શેર આવક શુદ્ધ લાભ (એન.પી.). શેર ધારકોની સરેરાશ ઈક્વિટી.

પરંતુ એ પણ સત્ય છે કે, બધી ઊંચી આર.ઓ.આઈ.વાળી કંપનીઓમાં રોકાણ યોગ્ય નથી હોતું. કેટલીક કંપનીઓની આર.ઓ.આઈ. ઊંચી હોય છે, પરંતુ એમની પાસે સંપત્તિ (ઍસેટ્સ) નથી હોતી, જેમ કે કન્સલ્ટિંગ ફર્મ. જ્યારે કે, કેટલીક ઈન્ડસ્ટ્રીજને લાભના પ્રથમ પૈસા કમાવાથી પહેલાં જ મોટી માત્રામાં ઈન્ફ્રાસ્ટ્રક્ચર ઊભું કરવાનું હોય છે, જેમ કે તેલ ઉત્પાદક કંપનીઓ અથવા ઑઈલ રિફાઈનર્સ. આથી ફક્ત આર.ઓ.ઈ.ના આધાર પર આપણે કન્સલ્ટન્ટ ફર્મને ઑઈલ રિફાઈનરથી યોગ્ય રોકાણ નથી માની શકતા. સામાન્ય રીતે વધારે મૂડીની જરૂરિયાતવાળા ઉદ્યોગમાં પ્રારંભિક ગતિરોધ વધારે હોય છે, જેનાથી પ્રતિસ્પર્ધા

ઓછી થાય છે. ત્યાં જ ઊંચી આર.ઓ.ઈ.વાળી ફર્મ, જેના ઍસેટ્સ ઓછાં હોય છે એને વધારે પ્રતિસ્પર્ધાનો સામનો કરવાનો હોય છે, કેમ કે ઓછી મૂડીની જરૂરને કારણે કોઈ પણ એવું જ કાર્ય શરૂ કરી શકે છે. તેમ છતાં, અન્ય આર્થિક ગુણોત્તર સૂત્રોની તુલનામાં આર.ઓ.ઈ.ને તુલના માટે સૌથી ઉત્તમ માનવામાં આવે છે.

વૃદ્ધિનો દર (ગ્રોથ રેટ)

ગ્રોથ રેટ = રિટેંશન રેટ = આર.ઓ.ઈ.

ઊંચી આર.ઓ.ઈ.થી જલ્દી ફાયદો નથી થતો. કેમ કે સ્ટૉક પ્રાઇઝને સૌથી વધારે પ્રતિ શેર આવક (ઈ.પી.એસ.) પ્રભાવિત કરે છે, આથી સંભવ છે કે, ૨૦ ટકા આર.ઓ.ઈ. કંપની માટે ૧૦ ટકા આર.ઓ.ઈ. કંપનીની તુલનામાં આવક બે ગણી (પ્રાઇઝ/બુક ટર્મ્સમાં) આપી રહ્યા હોય. લાભ આપણને અધિક ઊંચા દર પર આવકના પુનર્નિવેશથી મળે છે, જે કંપનીને વધારે પણ ઊંચો વૃદ્ધિ દર અપાવે છે. સામાન્ય રીતે આર.ઓ.ઈ. અર્થહીન થઈ જાય છે, જો આવકને પુનઃ રોકાણ ના કરવામાં આવે. દીર્ઘકાલીન ગ્રોથ મૉડલોમાં એ જોવામાં આવ્યું છે કે, જે ફર્મ ડિવિડન્ડ આપે છે, એમની આવકમાં વૃદ્ધિ ઓછી થઈ જાય છે. ઉદાહરણ માટે જો ડિવિડન્ડ ૨૦ ટકા આપવામાં આવે છે, તો અનુમાનિત વૃદ્ધિ આર.ઓ.ઈ.ના ૮૦ ટકા જ હશે.

આર.ઓ.સી.ઈ.

આર.ઓ.સી.ઈ. કંપનીમાં રોકાણ કરવામાં આવેલી પૂંજીની તુલના આવકથી કરે છે. આ સંપત્તિ પર આવક (રિટર્ન ઑન ઍસેટ્સ)ની જેમ જ છે, પરંતુ એમાં ફાઇનેન્સિંગના સ્રોતને પણ ધ્યાનમાં રાખવામાં આવે છે. દરેક ડિનોમિનેટરમાં આપણી પાસે કુલ સંપત્તિના સ્થાન પર શુદ્ધ સંપત્તિ (નેટ ઍસેટ્સ) અથવા લાગેલી પૂંજી હોય છે, જ્યારે કે અંશ (ન્યૂમરેટર)માં કર (ટેક્સ)થી પહેલાંનો કાર્યરત લાભ અથવા ઈ.બી.આઈ.ટી. (પ્રી ટેક્સ ઑપરેટિંગ પ્રોફિટ) હોય છે. લાગેલી પૂંજી (કેપિટલ એમ્પલોઇડ)ની કેટલીય પરિભાષાઓ હોય છે. સામાન્ય રૂપથી એને ઉદ્યોગને સુચારુ રાખવા માટે જરૂરી પૂંજીના રૂપમાં કરવામાં આવે છે. લોકપ્રિય રૂપમાં એને કુલ સંપત્તિમાંથી ચાલૂ જવાબદારી અથવા અચલ સંપત્તિ તેમજ ચાલૂ પૂંજીને ઘટાડીને આવેલા માનના રૂપમાં કરવામાં આવે છે. એને આપણે લાગેલી પૂંજી = કુલ સંપત્તિ - ચાલૂ જવાબદારી અથવા અચલ સંપત્તિ + ચાલૂ પૂંજીના ફૉર્મ્યૂલાના રૂપમાં વ્યક્ત કરી શકે છે.

૪

શેર ખરીદ અને વેચાણ

શેર ખરીદવા કે વેચવા માટે યોગ્ય સમયની નસ પકડવી એક કળા છે અને આ કળા અનુભવથી આવે છે. પરંતુ એમાં કેટલીક સાવધાનીઓ અપેક્ષિત છે. એક સારા રોકાણકારની પાસે દરેક સમયે રોકાણના કેટલાય અવસર ઉપલબ્ધ હોય છે. બસ જરૂર છે તો, એક સુઅવસરને ઓળખીને એનો લાભ ઉઠાવવાની. બજારની એક કહેવત છે કે, રોકાણના સૌથી સારા અવસર એ પરિસ્થિતિઓ કે જગ્યા પર મળે છે, જ્યાં તમે એની સૌથી ઓછી અપેક્ષા કરો છો.

(૧) **જ્યારે કંપનીની હાલતમાં ઉલટ-પલટ થાય :** એવું ત્યારે થાય છે, જ્યારે કેટલાંક વર્ષોથી નુકસાન ઉઠાવી રહેલી કંપનીના દિવસ સુધરી જાય છે અને ભવિષ્યમાં નફાની સંભાવના દેખાવા લાગે છે. જ્યારે કંપની નુકસાનમાં ચાલી રહેલી હોય, ત્યારે એના શેર એને પાંચ રૂપિયામાં પણ મળી જાય છે પણ જેવી જ કંપની નુકસાનથી નિકળીને નફાની તરફ વળે છે, એના શેરના ભાવમાં તેજી આવી જાય છે. આવા શેરોના ભાવ એક વર્ષમાં ૨૦૦ થી ૩૦૦ ટકા સુધી વધી જાય છે.

પણ આવી કોઈ કંપનીમાં પૈસા લગાવવાથી પહેલાં નક્કી કરી લો કે, નફાનો આ સમય ફક્ત થોડાં સમય રહીને ગાયબ તો નહીં થઈ જાય. કંપનીમાં રોકાણ કરવાનો ત્યારે જ ફાયદો છે, જ્યારે કંપની લાંબા સમય સુધી નફો જાળવીને રાખી શકે અને તમને પોતાના પૈસા પર સારી આવક મળે.

(૨) **એકીકરણ અને વિલય :** એક કંપનીનો બીજી કંપનીની સાથે એકીકરણ અથવા બે કંપનીઓ માટે લાભદાયક સાબિત થાય છે. બે કંપનીઓના આપસમાં જોડાઈ જવાથીએમનું નાણાંકીય અને પ્રશાસકીય બળ બમણું થઈ જાય છે. વિલયન અને એકીકરણમાં મોટાભાગે કોઈ મોટો સારો નફો કમાઈ રહેલી વિકાસશીલ કંપની કોઈ એવી કંપનીથી જોડાઈ જાય છે, જે ઘણાં સમયથી

નુકસાનમાં ચાલી રહી છે. એનાથી એક કંપનીના ઊંચા નફા પર લાગવાવાળા કરમાં બીજી કંપનીના સંચિત જોડાણથી રાહત મળી જાય છે. કેટલીય વાર એક જ પ્રકારનો માલ બનાવવાવાળી કંપનીઓ પણ પરસ્પર એક થઈને ઉત્પાદન અનેવેચાણના ખર્ચા ઓછા કરીને પોતાનો નફો વધારે છે.

હંમેશાં એ જોવામાં આવે છે કે, એકીકરણ પછી નવી બનેલી કંપની સામાન્ય રીતે જૂની ઘટક કંપનીઓથી ઉત્તમ પ્રદર્શન બતાવે છે. તેથી નજીકના ભવિષ્યમાં થવાવાળા એકીકરણ કે વિલયનની ખબરથી કંપનીના શેરો પર વેચવાલીનો પ્રશ્ન બની જાય છે. એનાથી રોકાણની સારી સંભાવના બની જાય છે. પાછલા થોડાં સમયમાં થયેલાં પ્રસિદ્ધ એકીકરણનું એક ઉદાહરણ છે - એ.એસ.ઈ.એ. અને હિન્દુસ્તાન બ્રાઉન બ્રોકરોને મિલાવીને બનેલી એ.બી.બી. લિમિટેડ.

(૩) **ટેક ઓવર થવાની સ્થિતિમાં :** જ્યારે કોઈ મોટી કંપની, ઉદ્યોગ, એકમ કે કેટલીય કંપનીઓના સમૂહ દ્વારા કોઈ અન્ય કંપનીના શેરોના મોટા હિસ્સા પર કબજો કરી લેવામાં આવે છે, તો એનો અર્થ એ થાય છે કે, એ કંપની દ્વારા બીજી કંપનીને ટેક ઓવર કરી લેવામાં આવી. જ્યારે કોઈ કંપનીને ટેક ઓવર કરવાના પ્રયત્નની શરૂઆત થાય છે, તો બંને પક્ષ ઓછા સમયમાં કોઈ પણ ભાવ પર બજારથી કંપનીના વધારે શેરો બ્રોકરોમાં લાગી જાય છે, તેથી ટેક ઓવરનો પ્રયાસ સફળ થાય અથવા ના થાય, શેરોના ભાવ આકાશને સ્પર્શવા લાગે છે અને રોકાણકારો માટે આ નફો કમાવાની સારી તક હોઈ શકે છે. ટેક ઓવર જો સફળ રહે, તો કંપનીને હંમેશાં નવા સુચારુ પ્રબંધનથી પણ ફાયદો થાય છે. આ કારણથી પણ એવી કંપનીઓમાં પૈસા લગાવવા રોકાણકારો માટે લાભદાયક રહે છે.

ટેક ઓવરનું અન્ય એક રૂપ છે - અધિગ્રહણ. જ્યારે કોઈ કંપની અથવા ઔદ્યોગિક એકમ કોઈ અન્ય કંપનીની સાથે સમાધાન કરીને એમના પ્રબંધન પર પોતાનો અધિકાર કરે છે અને એના માટે મૂળ કંપનીના માલિકોને સમાધાન અનુસાર નક્કી કિંમત પણ અદા કરે છે, તો એવી સ્થિતિને અધિગ્રહણ કહે છે.

આમ તો એના શેરો પર કોઈ ખાસ અસર નથી થતી, એની અસર શેરો પર માત્ર એ વાતથી પડી શકે છે કે, નવા પ્રબંધનનું પૂર્વ પ્રદર્શન અને વેપાર જગતમાં એની શાખ કેવી છે. ઉદાહરણાર્થે - હિન્દુજા ઇબેકોએ જ્યારે મળીને અશોક લે-લૅન્ડનું અધિગ્રહણ કર્યું, તો અશોક લે-લૅન્ડના

શેર સન્ ૧૯૮૭માં ૩૦ રૂપિયાના ભાવથી ઉઠીને સન્ ૧૯૮૯માં ૮૬ રૂપિયા સુધી પહોંચી ગયા હતા.

(૪) **સરકારની નીતિઓમાં પરિવર્તન :** સરકારની નીતિઓ પોતાના ગઠનની સાથે-સાથે લગભગ દરેક ક્ષેત્ર પર પોતાનો પ્રભાવ નાખે છે, નિશ્ચિત રૂપથી શેર બજાર પણ એનાથી અછૂતું નથી. જે રોકાણકાર આ નીતિઓ અને એમના પ્રભાવને સમજી લે છે, તે આ કંપનીઓમાં સારો નફો બનાવી શકે છે. ૧૯૮૦ના દશકમાં સીમેન્ટના ભાવો પર નિયંત્રણ કરવાથી એ.સી.સી. જેવી કંપનીઓને વધારે ફાયદો થયો હતો. એ જ પ્રકારે ૧૯૮૮માં ઍલ્યૂમીનિયમના ભાવો પર નિયંત્રણ કરી લેવાથી હિન્દુસ્તાન ઍલ્યૂમીનિયમ અને ઇન્ડિયન ઍલ્યૂમીનિયમે પણ વધારે લાભ મેળવ્યો હતો.

ક્યારેક-ક્યારેક આ બદલાતી નીતિ વિપરીત પ્રભાવ પણ નાખી શકે છે, જેમ કે ૧૯૯૪-૯૫ના બજેટમાં લોખંડ અને સ્ટીલની વસ્તુઓ પર ઉત્પાદન શુલ્ક ૩૫૦ કરોડ રૂપિયા વધારી દેવામાં આવ્યું. એની સાથે જ બહારના દેશોથી આયાત થવાવાળી સ્ટીલનીવસ્તુઓ પર સીમા શુલ્ક ૮૫ટકાથી ઘટાડીને ૫૦ ટકા કરી દેવામાં આવ્યું. એનાથી સેલ, એસ્સાર, ટેલ્કો જેવી ભારતીય કંપનીઓના શેરમાં ગિરાવટ આવી હતી. એવામાં રોકાણકાર માટે યોગ્ય એ જ રહે છે કે, તે સરકારી નીતિઓ પર નજર રાખે અને એનો પ્રભાવ આવવાથી પહેલાં જ એવી કંપનીના શેર વેચી નાખે.

(૫) **તકનીકી પરિવર્તન :** આજે સમાજ રોજ નવી તકનીકની જેમ વધી રહ્યો છે, સમસ્ત વિશ્વની આ તકનીકીકરણનું કાયલ છે. એવામાં દરેક સમજદાર રોકાણકારે એવી કંપનીઓમાં રોકાણ કરવું જોઈએ, જેમાં કોઈ મોટું અને મહત્ત્વપૂર્ણ તકનીકી પરિવર્તન થવાવાળું હોય. ઉદાહરણ માટે સૂચના પ્રૌદ્યોગિકીની સેવાઓ, બાયો-ટેક્નોલૉજી તેમજ દૂરસંચાર કંપનીઓનાં તકનીકી પરિવર્તનથી ખૂબ લાભ થયો છે.

(૬) **ભવિષ્યનું પૂર્વાનુમાન :** સૌથી સફળ રોકાણકાર એ જ હોય છે, જે ભવિષ્યની સંભાવનાઓને ઓળખીને સાચી દિશામાં રોકાણ કરી શકે. કહેવામાં આવ્યું છે - 'અગ્ર વિચારક સદા સુખી' પરંતુ પૂર્વાનુમાન કરવા માટે ખૂબ જ અભ્યાસ અને વિશ્લેષણની જરૂર હોય છે. પ્રત્યેક રોકાણકાર લાભ કમાવાના ઉદ્દેશ્યથી જ રોકાણ કરે છે, હકીકતમાં રોકાણનો આધાર જ પૂર્વાનુમાન હોય છે.

રોકાણના આધારભૂત ત્રણ નિયમ

(૧) **અસૂચીકૃત શેર ના ખરીદો :** ભારતમાં લગભગ ૨૦,૦૦૦થી પણ વધારે પબ્લિક લિમિટેડ કંપનીઓ છે, જેમનામાં માત્ર ૭૦૦૦ના લગભગ કંપનીઓ જ વિભિન્ન સ્ટૉક ઍક્સચેન્જો પર સૂચીકૃત છે. શેર રોકાણનો સૌથી પ્રથમ નિયમ એ છે કે, જ્યારે પણ તમે પૈસા લગાવો, માત્ર આ ૭૦૦૦ કંપનીઓમાં જ પૈસા લગાવો.

સ્ટૉક ઍક્સચેન્જના નિયમ ના તો અસૂચીકૃત શેરોના કારોબારની અનુમતિ આપે છે, ના તો પોતાના સદસ્યોને એમાં કારોબાર કરવાની. તેથી, જો તમે અસૂચીકૃત કંપનીઓના શેર્સની ખરીદી કરો છો, તો ના તો તમે ઍક્સચેન્જના નિયમોની સુરક્ષા મેળવી શકો છો અને ના તો શેર દલાલની સુવિધા. સાથે જ એવા શેરોનું ચાલૂ મૂલ્ય આંકવું પણ વધારે મુશ્કેલ થાય છે.

એ જાણવા માટે કે, શેર સૂચીકૃત છે કે નહીં, તમારે દૈનિક અખબારોની ઉદ્‌ઘોષણાઓ પર ધ્યાન આપવું પડશે. જો કોઈ શેર એમાં સામેલ છે, તો તે નિશ્ચિત જ સૂચીકૃત છે. કેમ કે અસૂચીકૃત શેરોનો ભાવ ક્યારેય અખબારોમાં નથી આપવામાં આવતો.

(૨) **ફક્ત સક્રિય શેર જ ખરીદો :** જે શેરોનો કારોબાર લગભગ રોજ જ સ્ટૉક ઍક્સચેન્જ પર દર્જ થાય છે, એને સક્રિય શેર માનવામાં આવે છે. બીજી તરફ નિષ્ક્રિય શેર એમને માનવામાં આવે છે, જેમનામાં મહીના-મહીનામાં બે કે બેથી ઓછી વાર કારોબાર દર્જ થાય છે.

શેર નિષ્ક્રિય ત્યારે થઈ જાય છે, જ્યારે એમને ખરીદવાવાળું કોઈ નથી હોતું. એવું હંમેશાં નુકસાન ઉઠાવવાવાળી અથવા નુકસાનમાં ચાલી રહેલી કંપનીઓની સાથે થાય છે, જેમના ભવિષ્યના આધાર મંદા હોય. જાહેર છે કે, એવી કંપનીઓના શેર કોઈ ખરીદવા નહીં ઇચ્છે.

કયા શેર નિષ્ક્રિય છે, એ જાણવા માટે તમે નિયમિત રૂપથી અખબારોમાં આવવાવાળા શેરોના ઉદ્ધરણ પર ધ્યાન આપો. જો કોઈ શેર ઘણાં સમયથી ઉદ્ધૃત નથી થયો, તો તમે માની શકો છો કે, તે શેર નિષ્ક્રિય થઈ ચુક્યો છે.

જોકે, સક્રિય અને નિષ્ક્રિય શેરનું કોઈ ખાસ વર્ગીકરણ નથી કરવામાં આવી શકાતું. જે શેર અત્યારે સક્રિય છે, તો એ જ કાલે નિષ્ક્રિય થઈ શકે છે એ જે શેર આજે નિષ્ક્રિય છે, તે કાલે સક્રિય થઈ શકે છે.

ઓછાં શેર હોલ્ડરોવાળી કંપનીમાં પૈસા ના લગાવો

કેટલીક કંપનીઓના શેર્સ હંમેશાં નિષ્ક્રિય થઈ જાય છે, કેમ કે કેટલાંક જ શેર હોલ્ડર હોવો કારણે બજારમાં એમના શેર વેચવાવાળા પણ ઓછાં હોય છે. એવા શેરો પર હંમેશાં સામાન્ય જનતા ધ્યાન નથી આપતી. મોટાં સાંસ્થાનિક રોકાણકાર પણ એવી કંપનીઓમાં પૈસા લગાવવા વાજબી નથી સમજતા. આ કારણે આ શેરોની સારી કિંમત નથી મળી શકતી. સાથે જ ઓછાં શેર હોલ્ડરોવાળી કંપનીઓના શેરોના ભાવમાં નિરાકરણ કરવું પણ વધારે મુશ્કેલ થાય છે.

જે શેરોના શેર હોલ્ડર ઓછાં હોય છે, તે હંમેશાં વધારે અસ્થિર પણ હોય છે. જ્યારે આ શેર ચઢે છે, તો ખૂબ જ તેજીથી ચઢે છે અને ખૂબ જ ઊંચા સ્તર પર પહોંચી જાય છે અને જ્યારે એમાં ગિરાવટ આવે છે, તો ખૂબ જ જલ્દી વધારે નિચલા સ્તર સુધી પહોંચી જાય છે. એવી સ્થિતિમાં જ્યારે આ શેરોના ભાવ ચઢે છે, તો આ એટલા મોંઘા થઈ જાય છે કે, એમને ખરીદવા મુશ્કેલ થઈ જાય છે અને જ્યારે એમાં ગિરાવટ આવે છે, તો એને વેચવા મુશ્કેલ થાય છે. જો આવા શેરોમાં રોકાણ કરવું હોય, તો એના માટે ખૂબ જ અનુભવ અને બજારની સમજની જરૂર હોય છે.

૫

સારી કંપનીઓની પસંદગી

એક રોકાણકર્તા માટે રોકાણ કરવાથી પહેલાં એ જરૂરી છે કે, તે કંપનીની પસંદગી કરતાં દૂરદષ્ટિ રાખે તેમજ એ જ કંપનીઓની પસંદગી કરે, જેમનામાં રોકાણ કરીને તેઓ પોતાની અપેક્ષા અનુરૂપ લાભ કમાઈ શકે. આવો, આપણે એ જાણીએ છીએ કે, કયા પ્રકારથી આપણે રોકાણ માટે એક સારી કંપનીની પસંદગી કરીશું.

(૧) **પ્રબંધ (વ્યવસ્થા) તંત્ર :** કોઈ પણ કંપની ખુદમાં એટલી સારી કે ખરાબ નથી હોતી, જેટલું કે એનું પ્રબંધ તંત્ર. પ્રબંધ તંત્ર જ એ મહત્ત્વપૂર્ણ કારક હોય છે, જે કોઈ પણ કંપનીને સારી કે ખરાબ બનાવે છે. તેથી કોઈ કંપનીમાં રોકાણ કરવાથી પહેલાં તમે એ સુનિશ્ચિત કરી લો કે, કંપનીનું પ્રબંધ તંત્ર કેવું છે.

સર્વપ્રથમ એ ધ્યાનમાં રાખો કે, સામાન્ય ધારણાઓનાં આધાર પર જ કોઈ અભિપ્રાય નિર્ધારિત ના કરો. કેટલાય લોકો માને છે કે, પારિવારિક પ્રબંધવાળી કંપનીઓ હંમેશાં ખરાબ પ્રદર્શન કરે છે અથવા પછી વિદેશી પ્રબંધન હંમેશાં સારું હોય છે, પરંતુ આ ધારણા હંમેશાં સાચી નથી હોતી. દરેક પ્રકારનાં કંપની પ્રબંધન વિશે પણ વધારે હદ સુધી જાણકારી મળી જાય છે. આ પ્રદર્શનની તમે અન્ય કંપનીઓથી તુલના પણ કરી શકો છો. અન્ય પાસુ એ છે કે, કંપનીએ પોતાની આર્થિક પરેશાનીઓનો સામનો કયા પ્રકારે કર્યો. શું કંપની પ્રબંધને ભવિષ્યના કારોબારની સંભાવનાઓને ધ્યાનમાં રાખીને પોતાની નીતિઓ બનાવી છે. શું એમણે બદલાતાં આર્થિક પરિવેશ અનુસાર પોતાને ઢાળી છે? શું કંપનીએ સતત નવી તકનીક, નવા ઉત્પાદન તેમજ નવી પ્રબંધનની રીતોને અપનાવી છે? આ બધી વાતોને તમે જાણી જશો કે, કંપની ચલાવવાવાળાઓનું કામ-કાજ કયા પ્રકારનું છે.

હવે સવાલ ઊઠે છે કે, આ પ્રકારની જાણકારીઓ તમે આખરે કેવી રીતે અને ક્યાંથી પ્રાપ્ત કરી શકશો. એના માટે તમે પત્ર-પત્રિકાઓ, ખાસ કરીને આર્થિક અખબારો પર નિર્ભર કરી શકે છે. એમનામાં બધી પ્રમુખ કંપનીઓથી સંબંધિત નાની-મોટી વાતો વિશે સમાચાર અને ટિપ્પણીઓ છપતી રહે છે. આ લેખોમાં સારું વિશ્લેષણ અને બધા તથ્યોનું વર્ણન મળે છે. આ જાણકારી તમારા વધારે કામ આવી શકે છે.

એ ધ્યાન આપો કે, શું કંપનીના પ્રબંધકોમાં આપસી મતભેદ રહે છે. એવા પ્રબંધનનું કામ-કાજ હંમેશાં નબળું રહે છે. એવી કંપનીઓમાં તમે રોકાણ પૂરી રીતે સમજી-વિચારીને જ કરો.

(૨) **કંપની કેટલી મોટી છે** - એ ધ્યાનમાં રાખો કે, નાની કંપનીઓમાં રોકાણની અપેક્ષાએ મોટી કંપનીઓમાં રોકાણ કરવું દરેક સ્થિતિમાં ઉત્તમ રહે છે કેમ કે, મોટી કંપનીઓ પોતાનો ખર્ચ ક્રમ દર નાની કંપનીઓથી યોગ્ય રીતે ઓછો કરી શકે છે. ઓછાં ખર્ચ થવાને કારણે તે ખરાબ આર્થિક પરિસ્થિતિઓમાં પણ ખુદને સંભાળી શકે છે. જ્યારે આર્થિક સંકટ લાંબા સમય સુધી ચાલે છે, તો સૌથી પહેલાં નાની કંપનીઓ જ પોતાના કારોબાર પર તાળું લગાવે છે.

મોટી કંપનીઓ ઊંચા પગારની સાથે કામ-કાજનું વાતાવરણ પણ ખૂબ જ સારું રાખે છે, જેનો લાભ એને મળે છે. આ જ કારણ છે કે, આ કંપનીઓનું પ્રબંધન અને કામ-કાજ અન્ય કંપનીઓથી વધારે યોગ્ય હોય છે. એના સિવાય ઉત્પાદન અધિક હોવાને કારણે આ કંપનીઓની બજારમાં ધાક પણ ઉત્તમ હોય છે. મોટી કંપનીઓનું અધિશેષ પણ હંમેશાં વધારે હોય છે, જેને તે શીઘ્ર, જાહેરાત, પરિવર્ધન અને શ્રેષ્ઠ ઉત્પાદનમાં લગાવી શકે છે.

આ બધા કારણોથી મોટી કંપનીઓમાં રોકાણ કરવું સામાન્ય રીતે અધિક સુરક્ષિત રહે છે. પરંતુ એનો અર્થ એ નથી કે, નાની કંપનીઓને પૂરી રીતે અનદેખી કરી દેવામાં આવે. પાછલાં કેટલાક વર્ષોમાં કેટલીય નાની કંપનીઓએ ખૂબ સારું પ્રદર્શન કર્યું છે અને રોકાણકારોને સારો લાભ પણ આપ્યો છે, પરંતુ તેમ છતાં નાની કંપનીઓમાં નુકસાન થવાના અંદેશાને ભુલાવી નથી શકાતું. નવા રોકાણકાર માટે તો યોગ્ય એ જ થશે કે, તે મોટી કંપનીઓ પર વધારે ધ્યાન આપે. એમનામાં રોકાણ કરવાથી નુકસાનનું જોખમ ખૂબ ઓછું રહે છે. એક વાર તમને શેરનો અનુભવ થઈ જાય અને તમે બજારની નસને સમજવા લાગો, તો નાની કંપનીઓ

પર પણ પૈસા લગાવવાનો વિચાર કરી શકો છો.

બીજો એક સવાલ પણ ઊઠે છે કે, એ નિર્ધારિત કેવી રીતે કરવામાં આવે કે, કઈ કંપની મોટી છે અને કઈ નાની. એનો પણ કોઈ નિર્ધારિત માપદંડ નથી. પરંતુ સામાન્ય રીતે એ માની શકાય છે કે, જે કંપનીઓનું મૂળધન ૧૦ કરોડ રૂપિયાથી ઓછું અને વાર્ષિક વેચાણ ૫૦ કરોડ રૂપિયાથી ઓછું હોય, એમને આપણે નાની કંપનીઓમાં સામેલ કરી શકીએ છીએ.

સારણી

ભારતની કેટલીક મોટી કંપનીઓ

૧. સ્ટેટ બેંક ઑફ ઇન્ડિયા
૨. ટાટા સ્ટીલ
૩. આઈ.ટી.સી. લિમિટેડ
૪. રિલાયન્સ ઇન્ડસ્ટ્રીઝ
૫. હિન્દુસ્તાન લીવર
૬. ટેલકો
૭. એ.સી.સી. સીમેન્ટ લિમિટેડ
૮. ઓ.એન.જી.સી.
૯. હિંગલ્કી
૧૦. ટાટા મોટર્સ
૧૧. સેલ
૧૨. લાર્સન એન્ડ ટૂબ્રો

કંપનીની વિશિષ્ટ ક્ષમતા : તમે કોઈ પણ કંપનીમાં રોકાણ કરવાથી પહેલાં એ જરૂર જુઓ કે, શું કંપનીની પોતાની કોઈ વિશિષ્ટ ક્ષમતા અથવા ઉત્પાદ-વિવિધતા છે. વિવિધતા હોવાના કેટલાય અર્થ હોઈ શકે છે. એનો પ્રથમ અર્થ તો એ જ થઈ શકે છે કે, કંપનીના ઉત્પાદન અને કારોબારમાં કોઈ વિવિધા હોય, જેમ કે - લાર્સન એન્ડ ટૂબ્રોએ કેટલાય પ્રકારના ઉત્પાદનમાં પોતાનો કારોબાર ફેલાવી રાખ્યો છે જેમ કે -સીમેન્ટ, ઉત્પાદન, નિર્માણ, કારોબારી પરામર્થ, તો બીજી તરફ હિન્દુસ્તાન લીવર કેટલાય પ્રકારના સાબુ, દંત મંજન ઉર્વરક અને કૃષિ રસાયણ બનાવે છે. વિવિધતાના અન્ય કેટલાય રૂપ હોઈ શકે છે, જેમ કે - દેશ અથવા દુનિયાના અલગ-અલગ હિસ્સાઓમાં પોતાનો માલ વેચવો એનાથી એક જગ્યાએ આવવાવાળી કોઈ દૈવી કે ભૌતિક ઘટનાની સમસ્યાથી એને વધારે પરેશાની નથી થતી.

પરંતુ આજકાલના ટ્રેન્ડમાં અધિકાંશ કંપનીઓએ વિવિધતા છોડીને પોતાના

વિશિષ્ટ ક્ષમતાવાળા ક્ષેત્રો પર ધ્યાન આપવાનું શરૂ કરી દીધું છે. એમણે અથવા તો ઓછો નફો આપવાવાળા એકમો વેચી દીધા છે અથવા પોતાની વિશિષ્ટ ક્ષમતાને છોડીને બાકી બધા કામ બહારથી કરાવી રહી છે. જે કંપનીઓ પોતાની વિશિષ્ટ ક્ષમતાઓના આધાર પર ઉદ્યોગમાં આગળ રહે છે, તે હંમેશાં મોટી અને વિવિધતાપૂર્ણ કંપનીઓથી ઉત્તમ રોકાણ સાબિત થઈ શકે છે. આ કંપનીઓમાં પરિવર્તન અને ઉત્તમ રોકાણની ખૂબ જ સંભાવનાઓ સમાયેલી રહે છે. કારોબારમાં સુરક્ષા અને સ્થિરતાની સાથે એવી કંપનીમાં બદલાતા પરિવેશ અનુસાર પોતાનો ઢાળવાની ક્ષમતા હોય છે.

નવા રોકાણકારોએ હંમેશાં એવી જ કંપનીઓમાં પોતાના પૈસા લગાવવા જોઈએ કેમ કે, આ કંપનીઓમાં રોકાણ કરવાથી તેઓ વધારે સુરક્ષાનો અહેસાસ કરી શકે છે. સીમિત ઉત્પાદનવાળી કંપનીઓમાં પૈસા લગાવવા જોખમથી ખાલી નથી હોતું. જોકે, અનુકૂળ આર્થિક પરિસ્થિતિ થવા પર આ કંપનીઓ અન્ય કંપનીઓથી વધારે ઉત્તમ પ્રદર્શન કરે છે, પરંતુ પ્રતિકૂળ અર્થ સંકટના સમયે એમની નબળાઈઓ પણ સ્પષ્ટ રીતે સામે આવી જાય છે. જો તમારે આ કંપનીઓમાં રોકાણ કરવું જ હોય, તો ધ્યાન રાખો કે, કંપની નિમ્નમાંથી કોઈ એક વર્ગમાં અવશ્ય હોય -

૧. આ કંપની એ કંપનીઓમાં હોય, જેમના માલનું બજારમાં એકાધિપત્ય હોય.
૨. જે કંપનીઓનાં માલ માટે બજારમાં ખરીદદાર સતત વધી રહ્યાં હોય.
૩. કોઈને કોઈ કારણથી પોતાના નજીકના પ્રતિસ્પર્ધિઓ પર વૃદ્ધિ પ્રાપ્ત હોય.

નીચે રોકાણકારોની સુવિધા માટે કેટલીક કંપનીઓની સારણી આપવામાં આવી રહી છે.

સારણી

૧. ગ્રાસિમ ઇન્ડસ્ટ્રીઝ
૨. વિપ્રો
૩. આઈ.ટી.સી.
૪. નૈસર્સ
૫. લાર્સન એન્ડ ટૂબ્રો
૬. હિન્દુસ્તાન લીવર
૭. ઇન્ડિયના રેયૉના
૮. એપોલો હોસ્પિટલ
૯. આઈ.સી.આઈ. (ઇન્ડિયા)
૧૦. રિલાયન્સ ઇન્ડસ્ટ્રીઝ

સારણી

સંકેન્દ્રિત કારોબારવાળી કેટલીક પ્રસિદ્ધ કંપનીઓ

૧. ગેલ્કો

૨. મદરસન સુમિ

૩. ગુજરાત અંબુજા સિમેન્ટ

૪. ઇન્ડિયન હોટલ્સ

૫. એ.બી.બી.

૬. ઇન્ફોસિસ ટેક્નોલૉજીસ

૭. બલરામપુર ચીની

૮. હીરો હોન્ડા

૯. કારત કોર્જ

૧૦. ઍસ્સેલ પ્રોપેક

શું કંપની વિકાસશીલ છે - મોટાભાગના રોકાણકાર પોતાના પૈસા એ જ કંપનીઓમાં લગાવવાના વધારે પસંદ કરે છે જે કંપનીઓ વિકાસની તરફ અગ્રેસર છે. કેમ કે, જે કંપનીઓ પોતાની વૃદ્ધિ અને વિકાસ પર ધ્યાન આપે છે, એમનામાં પૈસા લગાવવા ક્યારેય પણ નુકસાનદાયકનથી થતું. કેમ કે, કંપનીના વિકાસની સાથે-સાથે એમનો નફો પણ વધી જાય છે.

એવી કંપનીને ઓળખવા માટે તમારે કંપનીના પાછલા પ્રદર્શનની તરફ જોવું જોઈએ. જે કંપનીઓએ પહેલાં પણ વૃદ્ધિ બતાવી છે, એમની આગળ પણ વિકાસની સંભાવના સારી રહે છે. જોકે, એ કોઈ નક્કી સિદ્ધાંત નથી, પરંતુ સતત વૃદ્ધિ દર્શાવવાવાળી કંપનીઓનું પ્રદર્શન સામાન્ય રીતે ઉત્તમ હોય છે. પહેલાંના સારા પ્રદર્શનનો અર્થ જ એ છે કે, કંપનીનું પ્રબંધન શ્રેષ્ઠ લોકોના હાથોમાં છે અને શ્રેષ્ઠ હાથોમાં કંપનીનું ભવિષ્ય સારું જ થશે.

આ પ્રકારની કંપનીઓ રોકાણકારને એ ઉદ્યોગો અને આર્થિક લેખોમાં જ મળશે, જ્યાં સારો વિકાસ થઈ રહ્યો છે. એવા ઉદ્યોગોની ઓળખ કરવાનો એક સરળ માપદંડ એ છે કે, એના માલની બજારમાં માંગ આંકવામાં આવે. જેમ કે - આજકાલ વિશ્વ વેપાર સંગઠનના સમાધાનને કારણે દવાઓ, કપડાં, કૃષિ ઉત્પાદન, સૂચના પ્રૌદ્યોગિકી જેવાં ક્ષેત્રોમાં ખૂબ વધારે લાભ થઈ રહ્યો છે.

એ જ રીતે એલ્યુમીનિયમ, સ્ટીલ તેમજ તાંબા જેવાં પદાર્થના બજાર હવે વર્ષો પછી મંદડિયાઓના પ્રભાવથી બહાર નિકળ્યા છે. ચીનથી વધતી માંગ તેમજ ભારત સહિત કેટલાય એશિયાઈ દેશોમાં તીવ્ર આર્થિક વિકાસથી આ પદાર્થનું બજાર પણ ખૂબ જ ગરમ છે.

આવો, એને એક જીવંત ઉદાહરણથી સમજીએ. આપણે દરરોજ અખબારોમાં વધતાં શહેરીકરણ અને શહેરોમાં વધતાં કામકાજી દષ્ત્તિઓ વિશે વાંચીએ છીએ. એની સીધી અસર પડે છે બદલાતા ઉપભોક્તા બજાર અને ખાન-પાનની આદતો પર. જ્યારે પતિ-પત્ની દિવસભર કામ કરી સાંજે ઘેર પાછા આવશે, તો મહેનતવાળા ઘરેલૂ કામકાજ કરવા એમના માટે વધારે મુશ્કેલ થશે. એવામાં એમને સરળતાથી પાકવાવાળા ભોજન અને સરળ ઢંગથી સંભાળવાવાળા કપડાઓની જરૂર પડશે. સાથે જ તેઓ સરળ જીવનમાં મદદ કરવાવાળા ઉપકરણો, ટી.વી., ફ્રિજ, વૉશિંગ મશીન વગેરે ઘરેલૂ ઉપકરણોની પણ જરૂર મહેસૂસ કરશે. પતિ-પત્ની બંનેની આવક એમને આ બધું ખરીદવામાં સક્ષમ બનાવે છે.

કહેવાનો અર્થ એ છે કે, કોઈ પણ કંપનીનો વિકાસ આપમેળે નથી થતો, એના માટે કંપનીએ નિરંતર યોજના બનાવીને એના પર કામ કરવાનું હોય છે. એના માટે કેટલાય આયામ છે- વિકાસશીલ ઉત્પાદ ઓળખવા, નવી યોજનાઓ માટે જરૂરી સાધન એક્ઠાં કરવા, જમીન ખરીદવી, તકનીક અને મશીનો માટે વિદેશી કંપનીઓથી સોદા કરવા અને જરૂરી સરકારી અનુમતિ પ્રાપ્ત કરવી. જો તમે નિયમિત રૂપથી આર્થિક અખબાર વાંચો છો તથા આર્થિક નગરની ખબરોમાં રુચિ રાખો છો, તો તમને આ બધી જાણકારીઓ સરળતાથી ઉપલબ્ધ થતી રહે છે. જો તમે કોઈ કંપનીમાં એ સમયે પૈસા લગાવો છો, જ્યારે તે કોઈ વિકાસના નવા ચરણમાં ડગલાં રાખી રહી છે, તો આ યોજનાને પૂરી થવા સુધી તમે ખૂબ જ પૈસા બનાવી લેશો. એકવાત હંમેશાં ધ્યાન રાખો, તમારા રોકાણનું પરિણામ કંપનીના ભવિષ્યથી જોડાયેલું છે. જો કંપનીનો વિકાસ થશે, તો તમારું ધન પણ વધશે, બલ્કે કેટલીય વાર તો કંપનીથી વધારે ફાયદો થઈ શકે છે. પરંતુ એવું ત્યારે થાય છે, જ્યારે કંપનીના રોકાણકાર સારી વૃદ્ધિની આશા કરીને શેરોની કિંમત ખૂબ ઊંચી ચઢાવી દે છે.

કેટલીક મુખ્ય વિકાસશીલ કંપનીઓ

સારણી

૧. ટેલ્કો
૨. લાર્સન એન્ડ ટૂબ્રો
૩. રિલાયન્સ ઇન્ડસ્ટ્રીઝ
૪. ઇનફોસિસ ટેક્નૉલોજિસ
૫. ઇન્ડિયન રેયૉન
૬. ઇન્ડિયન હોટલ્સ

૭. બજાજ ઑટો
૮. એ.બી.બી.
૯. સીમેન્
૧૦. રિસ્વો
૧૧. ગુજરાત અંબુજા સીમેન્ટ
૧૨. વિપ્રો

ધ્યાન આપો કે કંપનીનું વાતાવરણ કેવું હોય? : કંપનીની આસપાસના ઔદ્યોગિક, વેપારિક અને આર્થિક પરિવેશની કંપની પર ખૂબ જ અસર પડે છે. સ્થિતિ ખરાબ થતાં જ સ્થિતિમાં સારી કંપનીઓને પણ પોતાનો નફો જાળવી રાખવો મુશ્કેલ થઈ જાય છે. એ જ રીતે સ્થિતિ સુધરવા પર કમજોર કંપનીઓ પણ સારા પરિણામ બતાવવા લાગે છે. આથી, કોઈ પણ કંપનીના ભવિષ્યના આસાર આંકવા માટે તમે એના ઔદ્યોગિક, વેપારિક અને આર્થિક વાતાવરણની સમજ અવશ્ય રાખો. કોઈ પણ કંપનીમાં રોકાણ કરવાથી પહેલાં એ તપાસી લો કે, કંપની આર્થિક સ્થિતિની સાથે ચાલે છે અથવા એનાથી ઉલટું. સાથે જ એ પણ જાણ લગાવો કે, આર્થિક સ્થિતિ બદલાવાની કંપની પર કેટલી અને શું અસર પડે છે.

કંપની અને કર્મચારીઓનાં સંબંધ : રોકાણકારે એ કંપનીઓથી બચવું જોઈએ, જ્યાં પ્રબંધન અને મજૂર વર્ગમાં લાંબા સમયથી વિવાદ ચાલી રહ્યો હોય. એવી કંપનીઓનું કામ હંમેશાં લાંબા સમય માટે અટકી જાય છે.

આંતરરાષ્ટ્રીય સ્પર્ધાની સમક્ષ કંપની : ભૂમંડળીકરણના આ યુગમાં સ્પષ્ટ રીતે ભારતીય અર્થવ્યવસ્થાનું જોડાણ હવે વિશ્વની અર્થવ્યવસ્થાની સાથે જોડાઈ ચૂક્યું છે. ૩૧ડિસેમ્બર, ૨૦૦૪એ લાગૂ થયેલાં વિશ્વ વેપાર સંગઠન (ડબ્લ્યૂ.ટી.ઓ.) સમાધાનને કારણે સદસ્ય દેશોમાં સીમા શુલ્કો પર પરિદાનોમાં આવેલી કમી અધિક પેટેન્ટ સુરક્ષા અને દેશોની વચ્ચે સમાજ સેવાઓ અને લોકોના આવાગમન પર લાગેલી પાબંદીઓને ધીમે-ધીમે હટાવવામાં આવવાથી સદસ્ય દેશોની અર્થવ્યવસ્થાઓ પણ પરસ્પર જોડાઈ ચુકી છે, એવા પરિવેશમાં ફક્ત એ જ કંપનીઓ ટકી શકશે, જે આંતરરાષ્ટ્રીય બજારોમાં પ્રતિષ્ઠિત તેમજ સસ્તા આયાતનો મુકાબલો કરી શકશે.

આવી કંપની અમેરિકા, જાપાન, યૂરોપ વગેરે વિકસિત દેશોમાં પોતાના ઉત્પાદન માટે બજાર જમાવી ચુકી છે, તો તે આંતરાષ્ટ્રીય કારોબારમાં ક્યારેય માર નહીં ખાય. નિમ્નાંકિત ઉદ્યોગોમાં ભારતની ધાક વિશ્વમાં સારી છે, આ ઉદ્યોગોથી જોડાયેલી સુનિયોજિત કંપનીઓમાં રોકાણ લાભદાયક સાબિત થઈ શકે છે.

- સૂચના પ્રૌદ્યોગિકી સેવાઓ
- સ્વાસ્થ્ય સેવાઓ
- રેશમ
- સૂતરાઉ કપડાં
- પુષ્પ કૃષિ
- ફળ
- દુગ્ધ ઉત્પાદન
- સરળ સાધનો
- રત્ન આભૂષણ
- શાકભાજીઓ
- મરઘાં પાલન ઉત્પાદન
- ચામડા ઉત્પાદન
- ચા
- દવાઓ
- બે પૈડાં વાહન
- મશરૂમ

જે કંપનીઓ કોઈ કારણથી આંતરરાષ્ટ્રીય પ્રતિસ્પર્ધાથી બહાર છે, તે પણ સારો નફો કમાઈ શકે છે. કેમ કે, સ્વદેશી બજારમાં એમને પડકાર ખૂબ જ ઓછાં મળવાની શક્યતા રહે છે.

મ્યૂચ્યુઅલ ફંડ ઈક્વિટી સ્કીમના પર્યાય બની ગયા છે. ડેટ ફંડોને તો એક નજર જોવાની પણ કોઈ તસ્દી નથી લેતું. જો ડેટ રોકાણ કરવું પણ હોય, ત લોકો બેલેન્સ સ્કીમને પસંદ કરે છે. થોડાં સમય માટે રોકાણ કરવું હોય, તો લિક્વિડ અથવા પછી ફ્લોટિંગ રેટ ફંડ અપનાવે છે. પણ હવે સમય બદલાઈ રહ્યો છે. વ્યાજ દરો વધી રહ્યાં છે, એ દરેક કોઈ જાણે છે. અનુમાન ફક્ત તારીખ કે દરને લઈને લગાવો. બંને પર ક્યારેય નહીં. શેરોના ભાવોની જેમ, વ્યાજ દરો પણ વધતાં-ઘટતાં રહે છે. પરંતુ, એ કોઈ નથી કહી શકતું કે, ક્યારે શું થશે. આપણે લોકો ઝડપથી બદલાતા વાતાવરણમાં રહી રહ્યાં છીએ. વિભિન્ન દેશોની વચ્ચે તણાવ, કૉમોડિટી ખાસ કરીને તેલના ભાવો, એમનો મોંઘવારી દર પર અસર, વિદેશ વેપાર, સરકારી નીતિઓ, આતંકવાદનું જોખમ - વગેરે કારક મળીને વ્યાજ દરોને પ્રભાવિત કરે છે. આથી એના વિશે સાચે-સાચું અનુમાન લગાવવું લગભગ અશક્ય છે.

બજાર ખેલાડીઓમાં અનિશ્ચિતતાનો અંદાજો એ વાતથી લગાવી શકાય છે કે, લૉન્ગ ટર્મ ફિક્સ્ડ ઇનકમ ઇન્સ્ટ્રૂમેન્ટ પર મળી રહેલું રિટર્ન કંઈ ખાસ અલગ નથી.

૧૧૦ વર્ષના સરકારી બૉન્ડ પર મળવાવાળા રિટર્નના દર ૮.૨૦ ટકા છે. સામાન્ય રીતે, લાંબી અવધિના ફંડ રોકાણ પર પ્રીમિયમ મળવું જોઈએ. એ સત્ય હોઈ શકે છે, પરંતુ એનાથી કોઈ ફરક નથી પડતો. રોકાણકાર ખૂબ ઓછું અથવા કોઈ જોખમ વગર આ દરો પર રિટર્ન પ્રાપ્ત કરી શકે છે. જોકે, ફંડની પસંદગી મહત્ત્વપૂર્ણ છે. આ વાતો બધી ઈનકમ સ્કીમો પર લાગૂ નથી થતી. મોટાભાગની ઈનકમ સ્કીમો પર ફક્ત ૪ થી ૫ ટકા વાર્ષિક રિટર્ન મળે છે. એવું આથી થાય છે, કેમ કે ઉપલબ્ધ ઈનકમ સ્કીમ નિમ્ન દરવાળા વિકલ્પોમાં રોકાણરત છે.

જ્યારે વ્યાજ દરોમાં વૃદ્ધિ શરૂ થઈ, ઓછાં રિટર્નવાળા રોકાણ વિકલ્પોને ડિસ્કાઉન્ટ પર વેચવા પડ્યા. એનાથી સ્કીમોની એન.એ.પી. અને રોકાણ પર રિટર્ન ઘટી ગયું. વ્યાજ દરો અને ફિક્સ્ડ ઈનકમ રોકાણ વિકલ્પોના ભાવોમાં ઉલટો સંબંધ છે. બીજા શબ્દોમાં, વ્યાદ દરોમાં વૃદ્ધિ થવા પર ફિક્સ્ડ ઈન્સ્ટ્રૂમેન્ટના ભાવો ઘટવા લાગે છે. એને વ્યાજ દર જોખમ કહેવામાં આવે છે અને ઉપલબ્ધ રિટર્ન દર પ્રમાણે પોર્ટફોલિયોમાં ફેરબદલને 'માર્ક ટૂ માર્કેટ' કહેવામાં આવે છે.

બચાવનો રસ્તો

એનાથી બચવાના બે રસ્તા છે. પ્રતમ, પરિપક્વતા સુધી રોકાણરત રહો. વ્યાજ દર જોખમની અસર પરિપક્વતાથી પહેલાં ખરીદ-વેચાણ થવા પર જ થાય છે. આથી પી.પી.એફ., ટીલિફ બૉન્ડ જેવાં રોકાણ વિકલ્પ પર કોઈ વ્યાજ દર જોખમ નથી હોતું, કેમ કે આ રોકાણ સામાન્ય રીતે પરિપક્વતા સુધી જળવાઈ રહે છે. ફિક્સ્ડ મેચ્યોરિટી પ્લાન, (એફ.એમ.પી.)માં ફંડનું રોકાણ એ પ્રતિભૂતિઓમાં કરવામાં આવે છે, જેનાથી વ્યાજ દર જોખમ ખતમ થઈ જાય છે. જોકે, એફ.એમ.પી.માં રોકાણ કરવામાં આવેલી રકમ સ્કીમની પરિપક્વતા અવધિ સુધી લૉક રહે છે. બીજો રસ્તો આમ તો અલ્પકાલિક રોકાણ વિકલ્પોમાં રોકાણ છે, જ્યાં વ્યાજ દરમાં ખૂબ જ ઓછાં ઉતાર-ચઢાવ આવે છે. આથી એમાં વ્યાજ દર જોખમ ખૂબ ઓછું હોય છે અથવા બિલ્કુલ નહીં. અહીં જ મ્યૂચ્યુઅલ ફંડની ખૂબ જ ઓછી સરેરાશ પરિપક્વતાના પોર્ટફોલિયોની અલ્પાવધિવાળી ઈનકમ સ્કીમો સીનમાં આવે છે. જો તમે ફિક્સ્ડ ઈનકમ ઈન્સ્ટ્રૂમેન્ટના માધ્યમે પોર્ટફોલિયોમાં વિવિધીકરણ ઈચ્છે છે, તો અલ્પાવધિ ઈનકમ પ્લાન ઉત્તમ વિકલ્પ હશે.

૬

રોકાણથી સંબંધિત કેટલીક અન્ય જાણકારીઓ

રિઝર્વ અને પ્લાઉબેક : કંપની પોતાના બધા ખર્ચા કાપીને, જેમાં કર (ટેક્સ) પણ સામેલ છે, જે લાભ થાય છે, એને બે ભાગોમાં વહેંચી દે છે, લાભાંશ અને પ્લાઉબેક. પ્લાઉબેક લાભનો એ હિસ્સો છે, જેને બચાવીને કંપનીના રિઝર્વ એટલે કે સંચિત પૂંજીમાં જમા કરી દેવામાં આવે છે. રિઝર્વમાં પડેલી સંચિત પૂંજીનો અંદાજો તમે કંપનીના બહી ખાતા જોઈને લગાવી શકો છો.

પ્લાઉબેક કંપનીના વિકાસ અને વિસ્તાર માટે એક મહત્ત્વપૂર્ણ હિસ્સો હોય છે, કેમ કે આ તે ધન છે, જે કંપનીના વિકાસ માટે પ્રયોગ કરવામાં આવે છે. બધી વિકાસશીલ કંપનીઓ સારું-એવું પ્લાઉબેક જમા કરી રાખે છે.

નફાનો બચેલો હિસ્સો કંપનીના રિઝર્વમાં જમા થતો રહે છે. તમે કંપનીના રિઝર્વ અને ઈક્વિટી કેપિટલની તુલના કરીને પણ એ અનુમાન લગાવી શકો છો કે, કંપની બોનસ શેર જારી કરવાની સ્થિતિમાં છે કે નહીં. સામાન્ય રીતે જો કંપનીના રિઝર્વ એના ઈક્વિટી કેપિટલની તુલનામાં બે ગણા છે, તો કંપની સરળતાથી બોનસ શેર પ્રદાન કરી શકે છે.

બચેલા શેષ નફા પર પણ શેર હોલ્ડરોનો અધિકાર હોય છે. આ સીધો તો હાથમાં નથી આવતો, પણ શેરોના મૂલ્ય વધવાથી એના લાભ રોકાણકારને મળી જાય છે.

પ્લાઉબેકને સામાન્ય શબ્દોમાં 'શેર હોલ્ડર ફંડ' પણ કહેવામાં આવે છે.

બુક-વેલ્યૂ : એક રોકાણકર્તાનો હંમેશાં જ આ શબ્દથી સામનો થાય છે. કંપનીના ખાતઓ અનુસાર શેરનું જે મૂલ્ય હોય છે, એને જ બુક વેલ્યૂ કહેવામાં આવે છે. આને જ્ઞાત કરવા માટે દેણદારીમાંથી સંપત્તિનું મૂલ્ય ઘટાડી દે, તો જે બચ્યું, એમાં કંપની દ્વારા જારી કરાયેલા ઈક્વિટી શેરોની સંખ્યાથી ભાગી દેવા પર જે ઉત્તર આવે છે, તે જ બુક વેલ્યૂ કહેવાય છે.

$$\text{પ્રતિ શેર બુક વેલ્યૂ} = \frac{\text{શેર હોલ્ડર ફંડ}}{\text{ઇક્વિટી શેરની કુલ સંખ્યા}}$$

શેર હોલ્ડર ફંડ જ્ઞાત કરવા માટે તમે કંપનીના રિઝર્વ અને ઇક્વિટી કેપિટલ પણ જોડી દો.

પ્રતિ શેર આવક (EPS) : પ્રતિ શેર આવકને અંગ્રેજીમાં ઈ.પી.એસ. પણ કહેવામાં આવે છે. એને જાણવાની સરળ રીત છે.

$$\text{પ્રતિ શેર આવક} = \frac{\text{કર ચુકવ્યા પછી બચેલો નફો}}{\text{ઇક્વિટી શેરોની કુલ સંખ્યા}}$$

આ અનુમાનથી કંપનીની કુલ આવકનો પ્રતિ શેર હિસ્સો આંકવામાં આવે છે. બીજા શબ્દોમાં આ જ ગણનાનાં આધાર પર તમે પોતાના મળવાવાળા રોકાણ પર કમાણીને આવક લાભાંશના આધારે માપવાને બદલે પ્રતિ શેર કમાણીના આધાર પર જાઓ, એ જ તમારા રોકાણના લાભપૂર્ણ હોવાની યોગ્ય ઓળખ છે.

આ આધાર પર તમે ભલે કોઈપણ કિંમતે તમારા શેર ખરીદ્યાં હોય, પ્રતિ શેર આવકના આધાર પર તમે પોતાના શેરોનું સચોટ મૂલ્યાંકન કરી શકો છો. શેરોના ભાવ અને આવકનો ગુણોત્તર - (P.E.Ratio) શેરોના ભાવ અને પ્રતિ શેર આવકના ગુણોત્તરની જાણકારી પણ એક રોકાણકર્તા માટે અત્યંત જરૂરી છે. એને અંગ્રેજીમાં 'પ્રાઇસ અર્નિંગ રેશિયો' અથવા 'પી.ઈ.' કહેવામાં આવે છે.

$$\text{પી./ઈ. ગુણોત્તર} = \frac{\text{શેરના ભાવ}}{\text{પ્રતિ શેર આવક}}$$

આ ગુણોત્તરથી તમે એ આંકી શકો છો કે, શેર પર થવાવાળી આવક એના ચાલતા ભાવનું કેટલું સમર્થન કરે છે. જો આ ગુણોત્તરનો અંક પાંચ છે, તો એનો અર્થ છે કે, શેરની આવકથી પાંચ ગણો વધારે છે. તેથી, જો શેરનો ભાવ આ જ સ્તર પર સ્થિર રહે, તો તમને મળેલા લાભાંશ અને પ્લાઉબેકના માધ્યમથી થવાવાળા તમારા રોકાણની વૃદ્ધિને મિલાવીને આ શેરોને ખરીદવામાં લગાવવામાં આવેલી રકમને વસૂલવામાં તમને પાંચ વર્ષ લાગી જશે. ગુણોત્તર જેટલો ઓછો હશે, પૈસા વસૂલવાાં તમને ઓછો સમય લાગશે.

પી./ઈ. ગુણોત્તરથી તમે એ પણ આંકી શકો છો કે, બજારમાં કંપનીની આવક અને ભવિષ્યમાં સંકેતો વિશે શું આકલન છે. જે કંપનીઓમાં રોકાણકારોનો વિશ્વાસ છે, એમનો પી.ઈ. વધારે હોય છે. કેટલીક બ્લૂચિપ કંપનીઓનો ગુણોત્તર તો ૪૦-૬૦ સુધી રહે છે, પણ ભારતમાં મોટાભાગની કંપનીઓનો પી.ઈ. ગુણોત્તર ૫-૨૦ સુધી રહે છે.

જો તમે વિચારી રહ્યા છો કે, ફક્ત એ જ કંપનીઓમાં રોકાણ કરવું જોઈએ, જેમનો પી.ઈ. ગુણોત્તર ઓછો હોય છે, તો એ જાણે છે જે કંપનીઓમાં વર્તમાન આવક સારી હોય પણ ભવિષ્યમાં આસાર નબળાં હોય, એમનો પી.ઈ. ઓછો હોય છે.

પછી સવાલ એ ઊઠે છે કે, ગુણોત્તરને યોગ્ય રોકાણ માટે કેવી રીતે પ્રયોગ કરવામાં આવે? જવાબ એ છે કે, આ ગુણોત્તરની સાથે તમારી કંપનીમાં ભવિષ્ય, એના વિકાસ અને નફાના આસાર પર પણ ધ્યાન આપવું પડશે. જો વર્તમાન ગુણોત્તર ભવિષ્યની સંભાવનાઓની અપેક્ષાએ ઓછી છે, તો એવી કંપનીના શેરોમાં પૈસા લગાવવા તમારા માટે સારા રહેશે.

યીલ્ડ (Yield) : યીલ્ડને હિન્દીમાં લાભાંશ કહેવામાં આવે છે. કેટલાય રોકાણકાર શેરોમાં પૈસા આથી લગાવે છે કે, એમને એક નિશ્ચિત આવક થતી રહે. આ જ કારણથી એમનું ધ્યાન મૂળધનને બદલે લાભાંશ પર વધારે હોય છે, જ્યારે કે એ ઠીક નથી. સત્ય તો એ છે કે, મૂળધન અને લાભાંશમાં અંતર કરવું જ ના જોઈએ.

સમજદાર રોકાણકાર તો એ જ છે, જે શેરથી મળવાવાળી કુલ આવક પર ધ્યાન આપે છે. જે રોકાણકાર ઊંચ આયવર્ગથી આવે છે, તે લાભાંશને બદલે દીર્ઘકાલિક મૂળધનની વૃદ્ધિ તરફ વધારે ધ્યાન આપે છે કેમ કે, એનાથી એમને ટેક્સ ઘણો ઓછો આપવો પડે છે.

વધારે લાભાંશ આપવાવાળી કંપનીઓનાં ભવિષ્યમાં વિકાસના આસાર નબળાં હોય છે, કેમ કે ખૂબ જ પૈસા લાભાંશમાં અદા કરી દીધા પછી કંપનીનો પ્લાઉબેક ઘટી જાય છે અને આગળ વિકાસ માટે પૈસા નથી બચતા. જ્યારે કે ત્યાં જ બીજી તરફ વિકાસશીલ કંપનીઓમાં ઓછા લાભાંશની પરંપરા હોય છે, પણ દીર્ઘકાલિક નજરથી જોઈએ, તો આ કંપનીઓનાં શેરો પર મૂળધનની તો સારી ખાસી વૃદ્ધિ થાય છે. પછી આ કંપનીઓથી લાભાંશ પણ સારો મળે છે. તેથી મૂળધનને ધ્યાનમાં રાખીને કરવામાં આવેલું રોકાણ વધારે લાભદાયક રહે છે.

બજારમાં શેરના ભાવ કથળવાથી લાભાંશ પર કેટલી અસર પડે છે, એ તપાસવા માટે જે ગુણોત્તરનો પ્રયોગ થાય છે, એને યીલ્ડ કહે છે.

$$\text{યીલ્ડ (ટકા)} = \frac{\text{પ્રતિ શેર લાભાંશ x ૧૦૦}}{\text{શેરનો બજાર ભાવ}}$$

યીલ્ડ લાભાંશથી અધિક મહત્ત્વપૂર્ણ ગુણોત્તર છે. યીલ્ડથી તમે એ સમજી શકો છો કે, તમને પોતાના શેરના ભાવ પર લાભાંશ દ્વારા કેટલી આવક થઈ રહી છે.

પી.ઈ.જી. (PEG) ગુણોત્તર : કોઈ શેરનું મૂળભૂત (યોગ્ય મૂલ્ય તપાસવા) માટે પી.ઈ.જી. એક મહત્ત્વપૂર્ણ તેમજ ઉપયોગી ગુણોત્તર છે. આ તમને સૂચિત કરે છે કે, બજારમાં કોઈ શેરનો ચાલૂ ભાવ યોગ્ય છે, ઓછો છે કે વધારે છે.

એના માટે તમારે કંપનીના પાછલા ગુણોત્તરને એના ભવિષ્ય વિકાસ દરથી જોડવો પડશે. અહીંયા આપણે એ માનીને ચાલીએ છીએ કે, ભવિષ્યમાં કંપનીનો સંભાવિત વિકાસ દર જેટલો વધારે થશે, બજારમાં એના શેરનો પી.ઈ. ગુણોત્તર એટલો જ વધારે થશે. પી.ઈ. કંપનીમાં ઈ.પી.એસ.માં પૂર્વાનુમાનિત વિકાસ દરથી ભાગ કરવા પર પી.ઈ.જી. ગુણોત્તર જાણી શકાય છે.

સામાન્ય રીતે ૦.૫ થી ઓછાં પી.ઈ.જી.વાળા શેર ખરીદવા યોગ્યનો સંકેત હોય છે, જ્યારે કે પી.ઈ.જી.ના ૧.૫ અથવા ૨ સુધી પહોંચવા પર તમે સમજી શકો છો કે, આ શેર વેચવાનો સારો સમય છે, પણ અહીંયા મહત્ત્વપૂર્ણ વાત એ છે કે, ઈ.પી.એસ.ના ભવિષ્ય દરનું યોગ્ય અનુમાન લગાવવામાં આવે. રોકાણ તેમજ વેપાર સમાચારો પર વિશ્લેષણ વાંચવા પર તમારા માટે એ અનુમાન લગાવવું સરળ થઈ જશે.

૭

મ્યૂચ્યુઅલ ફંડમાં રોકાણ

'મ્યૂચ્યુઅલ ફંડ' એવી રોકાણ સંસ્થાઓને કહે છે, જે રોકાણકારોથી ધન એકત્રિત કરીને એક વિશાળ અને વિભિન્ન પ્રકારના રોકાણોનો પોર્ટફોલિયો તૈયાર કરે છે. ઇંગ્લેન્ડમાં આ સંસ્થાઓને યૂનિટ ટ્રસ્ટ, જ્યારે કે અમેરિકામાં એને મ્યૂચ્યુઅલ ફંડના નામથી ઓળખવામાં આવે છે. ગવર્મેન્ટ ઑફ ઇન્ડિયા દ્વારા સ્થાપિત યૂનિટ ટ્રસ્ટ ઑફ ઇન્ડિયા એનું જ સ્વરૂપ છે.

એની સંરચનાને એ રીતથી સમજવામાં આવી શકાય છે, માની લો, કેટલાંક વ્યક્તિ સામૂહિક રૂપથી પોતાનું ધન રોકાણ કરવા ઇચ્છે છે તથા રોકાણની ધનરાશિને એક જગ્યાએ એકત્રિત કરીને એમનામાંથી એક વ્યક્તિને સર્વસંમતિથી પ્રબંધકના રૂપમાં પસંદગી કરી લે છે અને એને એક અધિકાર આપી દે છે કે, તે બધા રોકાણકારોના ધનને ઇચ્છાનુસાર લાભ કમાવા માટે રોકાણ કરી શકે છે. આ પ્રકારે રોકાણકારોનાં આ સમૂહને મ્યૂચ્યુઅલ ફંડનું સ્વરૂપ કહેવામાં આવે છે.

જો થોડાં સમય પછી એ પ્રબંધક સહયોગી દ્વારા શેર બજારની સ્થિતિ અનુરૂપ સામૂહિક ધનરાશિને રોકાણ કરીને લાભ મળવા પર બધા સદસ્યોને એમના રોકાણના ગુણોત્તરમાં વિભક્ત કરી વિતરિત કરી દેવામાં આવે છે.

ભારતમાં યૂનિટ ટ્રસ્ટ ૧૯૬૪ થી ૧૯૮૫ સુધી એકમાત્ર મ્યૂચ્યુઅલ ફંડ હતું. પરંતુ પછીથી સરકાર દ્વારા અન્ય બેંકો, સાર્વજનિક ઉપક્રમો, નાણાંકીય સંસ્થાઓ, વ્યક્તિગત તેમજ સંયુક્ત ઉપક્રમોને પણ મ્યૂચ્યુઅલ ફંડ ખોલવા અને ચલાવવાની અનુમતિ આપવામાં આવી, જેના ફળસ્વરૂપે કેટલીય નેશનલાઇઝ બેંક તેમજ ઇન્શ્યોરન્સ કંપનીએ પોત-પોતાના મ્યૂચ્યુઅલ ફંડની સ્થાપના કરી. એમનામાંથી મુખ્ય સંસ્થા સ્ટેટ બેંક, લાઇફ ઇન્શ્યોરન્સ કંપની અને વિભિન્ન બેંક વગેરે છે.

મ્યૂચ્યુઅલ ફંડ, શેર માર્કેટમાં લીસ્ટેડ કંપનીઓના શેર્સની સમાન જ પોતાના શેર્સને લીસ્ટેડ કરે છે. એનાથી આપણને લાભ તો ઓછો મળે છે, પરંતુ પૂંજીમાં તરળતા વિદ્યમાન રહે છે.

વિશિષ્ટ મ્યૂચ્યુઅલ ફંડ (Special Mutual Funds) : આ પ્રકારના મ્યૂચ્યુઅલ ફંડ ફક્ત વિશિષ્ટ પ્રકારની પ્રતિભૂતિઓમાં પૂંજી રોકાણ કરે છે, જેમ કે કોઈ વિશેષ દેશ માટે સહાયતાના રૂપમાં રોકાણ, સોનૂ અથવા અન્ય મૂલ્યવાન ધાતુમાં રોકાણ.

સંતુલિત મ્યૂચ્યઅલ ફંડ (Balanced Mutual Funds) : આ પ્રકારના મ્યૂચ્યુઅલ ફંડ ઇક્વિટી શેરો, ઋણ કે બંનેમાં જ પોતાની પૂંજી રોકાણ કરે છે, જેનાથી એમના શેરધારકોની પૂંજી સુરક્ષિત રહે. સાથે જ પૂંજીમાં વૃદ્ધિ થાય અને નિયમિત આવક જળવાઈ રહે.

કર છૂટ મ્યૂચ્યુઅલ ફંડ (Tax-Exempt Mutual Funds) : આવા મ્યૂચ્યુઅલ ફંડ એ જ પ્રતિભૂતિઓમાં રોકાણ કરે છે, જેનાથી એમના યૂનિટ ધારકોની પૂંજી રોકાણ પર કર (ટેક્સ)ની છૂટ મળે.

મ્યૂચ્યુઅલ ફંડમાં રોકાણથી નુકસાન : મ્યૂચ્યુઅલ ફંડમાં રોકાણ કરવું, જોકે ફાયદાકારક સોદો છે, પરંતુ એમાં કેટલાંક નુકસાન પણ છે. જે મુખ્યતઃ બે પ્રકારના હોય છે -

૧. મ્યૂચ્યુઅલ ફંડમાં પૂંજીનું રોકાણ કરવાવાળા લોકો સામાન્ય રીતે વધારે જોખમ ઉઠાવવાથી કતરાય છે, આથી કેટલીય વાર નફો રળવાની તક ગુમાવી દે છે. એનું એક મુખ્ય કારણ એ પણ છે કે, ફંડ પર સમયમાં સારા પરિણામ જોવાનો એટલો દબાવ રહે છે કે, પ્રબંધક દીર્ઘકાલીન ફાયદાઓને અનદેખ્યો કરવા માટે મજબૂર થઈ જાય છે.

૨. શેર બજારમાં કેટલીય વાર એવી સ્થિતિ આવી જાય છે, જ્યારે વિવિધતાની અપેક્ષા એક જ ઉદ્યોગ કે કેટલીક કંપનીઓ પર ધ્યાન આપવું જરૂરી થઈ જાય છે. છતાં પણ રોકાણકારો માટે તો અમારી સલાહ એ જ હશે કે, તેઓ પોતાના રોકાણમાં વિવિધતા જાળવી રાખે.

એન.એ.વી. (NAV) મ્યૂચ્યુઅલ ફંડના આર્થિક સ્વાસ્થ્ય માટે સૌથી મહત્ત્વપૂર્ણ છે એન.એ.વી. (નેટ એસેટ વેલ્યૂ) અર્થાત્ કુલ સંપત્તિ મૂલ્ય.

$$\text{એન.એ.વી.} = \frac{\text{કુલ સંપત્તિનું બજારમાં મૂલ્ય + રોકડ શેષ - પરિચાલન તેમજ અન્ય ખર્ચા}}{\text{શેરોની કુલ સંખ્યા}}$$

આ ગુણોત્તરમાં તમે જાણી શકો છો કે, ફંડ દ્વારા જારી કરવામાં આવેલા એક શેરનું એ સમય પર કેટલું મૂલ્ય હોય છે.

ઉદાહરણ માટે જો કોઈ ફંડની એનએવી ૨૫.૫૦ છે, તો એનો અર્થ એ છે કે, જો આ સમયે તમે શેર વેચો, તો તમને ૨૫.૫૦ રૂપિયા મળશે.

એનએવીની મદદથી તમે કંપની ફંડના પ્રદર્શનને આંકી શકો છો અને સાથે જ એની તુલના તમે કંપનીઓનાં ફંડની સાથે કરી શકો છો.

મ્યૂચ્યુઅલ ફંડમાં રોકાણ માટે જરૂરી 'મિન'

મ્યૂચ્યુઅલ ફંડમાં રોકાણ માટે હવે રોકાણકારે મ્યૂચ્યુઅલ ફંડ આઈડેન્ટીફિકેશન નંબર (મિન) બતાવવો પડશે. ૧ જાન્યુઆરી, ૨૦૦૭થી મિનને જરૂરી બનાવી દેવામાં આવ્યો છે. શેર બજારોમાં નિયમન કરવાવાળી સંખ્યા સેબીના નિર્દેશ પર એન્જીએ આ સંબંધમાં દિશા-નિર્દેશ જારી કર્યા છે.

શું છે મિન?

મિન એક અનોખી સંખ્યા છે, જે મ્યૂચ્યુઅલ ફંડમાં રોકાણ કરવાવાળા વ્યક્તિને પ્રદાન કરવામાં આવશે. મ્યૂચ્યુઅલ ફંડના માધ્યમે શેર બજારોમાં કાળા ધનના રોકાણ પર અંકુશ લગાવવા માટે સેબીએ મિનને લાગૂ કરવાનો નિર્દેશ આપ્યો છે. એને મની લૉન્ડરિંગ એક્ટ ૨૦૦૨ અંતર્ગત લાગૂ કરવામાં આવ્યો છે.

કોના માટે જરૂરી થશે?

મ્યૂચ્યુઅલ ફંડની સ્કીમોમાં પચાસ હજાર અથવા એનાથી અધિક રાશિ રોકાણ કરવાવાળા બધા રોકાણકારો માટે મિન જરૂરી થશે. આ બધા પ્રકારના રોકાણકારો એટલે કે વ્યક્તિગત, બિન-વ્યક્તિગત, રેસિડેન્ટ અને અપ્રવાસી ભારતીય (એન.આર.આઈ.) માટે જરૂરી થશે. આ સિસ્ટમેટિક ઇન્વેસ્ટમેન્ટ પ્લાન (એસ.આઈ.પી.)માં રોકાણના મામલામાં પણ લાગૂ થશે. જોકે, કોઈ વર્તમાન રોકાણકાર, જેનું રોકાણ ૫૦ હજારથી ઓછું છે અને જેના દ્વારા કરવામાં આવેલું નવું રોકાણ ૫૦ હજાર રૂપિયા અથવા એનાથી ઓછું છે, એના માટે મિન જરૂરી નહીં થાય. બધા સંયુક્ત રોકાણકારોએ પણ પોત-પોતાના મિનની જાણકારી આપવી પડશે.

કઈ સંસ્થા મિન જારી કરશે?

મ્યૂચ્યુઅલ ફંડ કંપનીઓએ સંયુક્ત મંચના માધ્યમે મિન જારી કરવાનો નિર્ણય કર્યો છે. એના માટે કંપનીઓએ સી.ડી.એસ.એલ. વેન્ચર્સ લિમિટેડથી વિશેષ સમાધાન કર્યું છે. સી.ડી.એસ.એલ.એ પૉઇન્ટ ઑફ સર્વિસના રૂપમાં કેટલીક સંસ્થાઓને નિયુક્ત કરી છે. એના સિવાય કેટલાંક નામિત એમ.એફ. ઈપેસ્ટર સેવા કેન્દ્રોના માધ્યમે પણ મિન માટે અરજી કરી શકાય છે. આ પ્રકારની સંસ્થાઓની યાદી જલ્દી જ બધી મ્યૂચ્યુઅલ ફંડ કંપનીઓ અને એંફીની વેબસાઇટ પર ઉપલબ્ધ કરાવી દેવામાં આવશે. અજી પત્ર એંફી અને એમ.એફ. કંપનીઓની વેબસાઇટથી પણ ડાઉનલોડ કરી શકાય છે. વર્તમાનમાં મિન જારી કરવાની અવેજીમાં કોઈ શુલ્ક લેવામાં નહીં આવે.

મિન માટે પૂરી જાણકારી આપવી પડશે

મિન પ્રાપ્ત કરવા માટે અરજદારે પૂરી જાણકારી આપવી પડશે. જાણકારી અધૂરી રહેવા અથવા પર્યાપ્ત દસ્તાવેજના અભાવમાં અરજી રદ્દ કરી દેવામાં આવશે અને એની જાણકારી અરજદારને આપી દેવામાં આવશે. જો આ વચ્ચે અરજદારને મ્યૂચ્યુઅલ ફંડના યૂનિટ જારી કરી દેવામાં આવ્યા છે, તો એમને એ સમયના એન.એ.વી.ના આધાર પર રૂપિયામાં પરિવર્તિત કરીને રકમ અરજદારને પાછી આપી દેવામાં આવશે. સ્કીમમાં એક્ઝિટ લૉનની જોગવાઈ હોવા પર એને અરજદારથી વસૂલવામાં આવશે. ઈ.એલ.એસ.એસ.ના મામલામાં યૂનિટ જારી થવાની તારીખથી ૨૧ દિવસમાં રોકાણની રાશિ અરજદારને પાછી આપી દેવામાં આવશે. નવા ફંડ ઑફરના મામલામાં રાશિ છ અઠવાડિયામાં પાછી કરી દેવામાં આવશે.

રદ્દ ના થાય ત્યાં સુધી ઉપયોગમાં લાવી શકાશે

એકવાર ફાળવણી થઈ જવા અને ત્રણ વર્ષ સુધી ઉપયોગમાં કરાયા પછી રદ્દ કરાય ત્યાં સુધી એનું અસ્તિત્વ જળવાઈ રહેશે. તમારે એ બધી મ્યૂચ્યુઅલ ફંડ કંપનીઓને મિનની જાણકારી આપવી પડશે, જેમના ફંડમાં તમે રોકાણ કર્યું છે. કોઈ અવયસ્ક દ્વારા રોકાણની સ્થિતિમાં એના અભિભાવકનું મિન જરૂરી હશે. અવયસ્કના ૧૮ વર્ષની ઉંમર પૂરી કરતાં જ એણે અલગ મિન પ્રાપ્ત કરવો પડશે.

એન.આર.આઈ.એ કયા દસ્તાવેજ આપવા પડશે?

એન.આર.આઈ. મિન પ્રાપ્ત કરવા માટે જરૂરી દસ્તાવેજોની સાથે પોતાની અરજી પોતાના પ્રતિનિધિ અથવા ડિસ્ટ્રીબ્યૂટરની પાસે મોકલી શકે છે. એમણે પોતાના પાસપોર્ટની નકલ, વિદેશમાં પોતાના સરનામાનું પ્રમાણ અને સ્થાયી સરનામું આપવું પડશે. સ્કારે મ્યૂચ્યુઅલ ફંડોના માધ્યમથી શેર બજારમાં કાળા ધનના રોકાણ પર અંકુશ માટે મિનને અનિવાર્ય બનાવી દીધો છે.

રોકાણકારોની સમસ્યાઓ

સેબી એ સુનિશ્ચિત કરે છે કે, ફક્ત એ જ લોકો ટ્રસ્ટી બને, જે પોતાની પ્રામાણિકતા માટે પ્રસિદ્ધ છે. ટ્રસ્ટી એજેટ મેનેજમેન્ટ કંપનીઓ (એ.એમ.સી.)માં નિયુક્ત થવાવાળા નિર્દેશકો પર નજર રાખે છે. ખરાબ છબિવાળા લોકોને બહાર રાખવા માટે નિયમોમાં અધિક જોગવાઈ બનાવવામાં આવી છે.

જો રોકાણકાર એ.એમ.સી.ના કામકાજથી અસંતુષ્ટ છે અને રોકાણકાર સંપર્ક અધિકારી એની સમસ્યાને ઠીકથી નિરાકરણ નથી કરી શકતો, તો રોકાણકાર સેબીનો

દરવાજો ખખડાવી શકે છે. સેબીથી સમસ્યાઓ આગળ એ.એમ.સી. સુધી પહોંચાડે છે, જેનાથી એ.એમ.સી. પર એમનું સમાધાન કરવા માટે વધારાનું દબાણ પડે છે.

રોકાણકાર સંપર્ક અધિકારી : દરેક એ.એમ.સી.માં એક રોકાણકાર સંપર્ક અધિકારી નિયુક્ત કરવામાં આવે છે, જેની પાસે યૂનિટ હોલ્ડર પોતાની સમસ્યાઓ લઈ જઈ શકે છે. ઑફર ડૉક્યૂમેન્ટમાં કંપનીએ એ દર્શાવવું પડે છે કે, પૂર્વ સમયમાં રોકાણકારોની સમસ્યાઓનું નિરાકરણ કરવામાં એનું પ્રદર્શન કેવું રહ્યું. એમાં દર્જ કરવામાં આવેલી ફરિયાદોની સંખ્યા અને એમના સમાધાનમાં લાગેલા સમયનું વિવરણ પણ સામેલ હોય છે.

ખૂબ જૂની વાત છે, મોગલ બાદશાહ અકબરના જમાનાની. એક વાર એમણે પોતાના મહામંત્રીને બોલાવ્યો અને એનાથી કેટલીક એવી વસ્તુ લાવવાનું કહ્યું, જે એમનો મૂડ તુરંત બદલી દે. જો એમનો મૂડ ખરાબ હોય, તો તુરંત સારું કરી દે, જો સારું હોય તો ખરાબ કરી દે. મહામંત્રીએ એ કામ એક અઠવાડિયામાં કરવાનું હતું, ના થવા પર શામત આવવાવાળી હતી. મંત્રીની હાલત તો કાપો તો લોહી ના નિકળે એવી થઈ ગઈ. એને આ કામ પૂરું કરવાનો કોઈ રસ્તો દેખાતો ન હતો અને તે પણ એક અઠવાડિયામાં તો આ અશક્ય હતું. તે દોડતો-દોડતો બીરબલની પાસે પહોંચ્યો. મહામંત્રીની વાત સાંભળીને બીરબલ હસ્યો અને એણે ધીરજ રાખવાનું કહ્યું. એમની પાસે એના માટે એક અઠવાડિયાનો સમય હતો.

દિવસ વીતતા ગયા અને અઠવાડિયું ખતમ થવા આવ્યું. જ્યારે પણ મહામંત્રી બીરબલની પાસે આવતો, બીરબલ એને વધારે ધીરજ રાખવાનું કહેતો. આખરે સાત દિવસ પૂરા થયાં અને મહામંત્રીનો દિવસ આવી ગયો (અકબરની સામે રજૂ થવાનો). આટલા દિવસ મહામંત્રીની પૂરી રાત આંખોમાં જ પસાર થઈ રહી હતી અને એણે એને પોતાની બદકિસ્મતી માની લીધી હતી. ના તો તે કોઈ નિરાકરણ શોધી શક્યો હતો અને ના તો બીરબલ. બાદશાહ અકબરના ગુસ્સાથી બધા વાકેફ હતા અને એનાથી બચવાનો મહામંત્રીની પાસે કોઈ રસ્તો ન હતો. જે દિવસે મહામંત્રીએ રજૂ થવાનું હતું, તે દિવસે બાદશાહના દરબારમાં અજીબ સન્નાટો હતો. બીજા મંત્રી મહામંત્રીથી સહાનુભૂતિ જતાવી રહ્યાં હતા, પરંતુ તેઓ આ બાબતમાં કશું કરી શકતા ન હતા. બાદશાહે મહામંત્રીને બોલાવ્યો. મહામંત્રી ડરતો-ડરતો બાદશાની તરફ વધ્યો. જેવો જ મહામંત્રી બીરબલની પાસેથી પસાર થયો, એણે મહામંત્રીના હાથમાં એક કાગળ થમાવ્યો અને એના કાનમાં ગણગણાયો - 'આને બાદશાહને બતાવી દેજો.' મહામંત્રીને કોઈ અંદાજો ના થયો કે, એ કાગળમાં શું શું લખેલું છે અને ના તો એની પાસે વાંચવાનો સમય હતો. એણે એ કાગળ બાદશાહના હાથમાં થમાવી દીધો અને પોતાની સજાની રાહ જોવા લાગ્યો. કાગળ વાંચતા જ બાદશાહનો ચહેરો ખુશીથી ચમકવા લાગ્યો અને એમના ચહેરા પર ઊંડું સ્મિત

આવી ગયું. એમણે મહામંત્રીને અભિનંદન અને ભરપૂર ઇનામ આપ્યા.

જે કાગળ બીરબલે મહામંત્રીને આપ્યો હતો, એમાં શું લખ્યું હતું! એ જાણવાની ઇચ્છા તમને પણ થશે. એણે લખ્યું હતું; આ સમય પણ પસાર થઈ જશે-તમારું દામન ખુશીઓથી ભરેલું છે અથવા એમાં કાંટા છે- આ ક્ષણિક છે, અસ્થાયી છે. જે રીતે દિવસ પછી રાત આવે છે, રાત પછી દિવસ, એ જ રીતે સમય વીતી જશે. માનવ જીવનનો આ જ સાર છે. પરંતુ, જ્યારે રોકાણની વાત આવે છે, ત્યારે લોકો આને કેમ ભૂલી જાય છે? સામાન્ય રીતે રોકાણકાર બજારની સ્થિતને જોઈને નિર્મય નથી કરી શકતા. હકીકતમાં બજારથી પૈસા કમાવા ખૂબ સરળ છે- ઓછાંમાં ખરીદો, ઊંચામાં વેચો. જોકે, કહેવામાં આ જેટલું સરળ લાગે છે, કરવામાં એટલું જ મુશ્કેલ છે. આ જ કારણથી આ માણસની જન્મજાત પ્રવૃત્તિની વિરુદ્ધ જાય છે. જ્યારે પરિસ્થિતિઓ અનુકૂળ હોય છે અને સૂચકાંક દિવસે બમણી અને રાત્રે ચાર ગણી પ્રગતિ કરી રહ્યા હોય છે, લોકોના મનમાં વહેતી ગંગામાં હાથ ધોવાની ઇચ્છા જાગે છે અને તેઓ શેર ખરીદી લે છે.

આ પ્રકારે, રોકાણના પ્રથમ સિદ્ધાંતનું ઉલ્લંઘન થાય છે અને અંતમાં એ જ થાય છે, જેની આશંકા હોય છે, બજારમાં તેજીની ગતિ રોકાવા લાગે છે. રોકાણકારને ગભરાટ થવા લાગે છે અને તેઓ હડબડીમાં વેચવાનું શરૂ કરી દે છે. આ રીતે બીજા સિદ્ધાંતનું ઉલ્લંઘન થાય છે. પછી થાય છે એ કે, ઉત્તેજનામાં આવીને રોકાણ કરવાવાળાઓને ઊંચામાં ખરીદીને ઓછામાં વેચવા પડી જાય છે. આ ચક્ર ત્યાં સુધી ચાલતું રહે છે, જ્યાં સુધી કે સચેત થઈને આ સ્થિતિથી બચવાનો પ્રયાસ ના કરવામાં આવે અને એ ત્યારે જ થઈ શકે છે, જ્યારે રોકાણકારમાં ઓછામાં ખરીદીને ઊંચામાં વેચવાનું સાહસ, ચાલાકી, ભરોસો હોય.

રોકાણ, ભલે ડેટમાં હોય કે ઇક્વિટીમાં, દીર્ઘાવધિ દૃષ્ટિકોણથી કરો. ત્યારે જ એનાથી ચક્રવૃદ્ધિ ફાયદો મળે છે. વારંવાર લેવાલી અને વેચવાલી કરવાથી રોકાણ યાત્રામાં ખલેલ પડે છે.

૮

ડિવિડન્ડ રિઈન્વેસ્ટમેન્ટ

સામાન્ય સ્થિતિમાં શેરોમાં રોકાણ પણ અન્ય કારોબારની જ જેમ હોય છે, જ્યાં સફળતા માટે પૂર્ણ ધીરજ, પરિશ્રમ અને લગનની આવશ્યકતા હોય છે.

આ અધ્યાયમાં અમે તમે સફળ રોકાણ માટે કેટલીક સલાહ આપી રહ્યા છીએ. બની શકે છે કે, અહીંયા તમને કેટલીક વાતો પરસ્પર વિરોધી પ્રતીત થાય, પરંતુ પરેશાન ન થાઓ, શેર બજારની સ્થિતિ હંમેશાં બદલાતી રહે છે તેથી, અલગ-અલગ સમય પર અલગ-અલગ નીતિનો પ્રયોગ કરવો જ સફળતાનો મૂળમંત્ર છે. આ સલાહ અમે બધા પ્રકારના રોકાણકારોની જરૂરિયાતને ધ્યાનમાં રાખીને તથા એમની જરૂરિયાત અને ક્ષમતા અનુસાર આપી છે.

૧. જે શેર સૂચીકૃત નથી, એમનામાં ક્યારેય રોકાણ ના કરો.

૨. ફક્ત સક્રિય શેરોમાં જ રોકાણ કરો.

૩. પોતાના રોકાણમાં વિવિધતા રાખો - એક જ ઉદ્યોગ અને એક જ કંપનીમાં પોતાના બધા પૈસા ક્યારેય ના લગાવો. ૧૦ થી ૨૦ કંપનીઓમાં રોકાણ વહેંચો. એનાથી રોકાણકારને ઓછાથી ઓછું જોખમ રહે છે.

૪. ખૂબ વધારે વિવિધતા પણ નહીં - ખૂબ વધારે વિવિધતા (૨૦થી અધિક કંપનીઓ)માં નુકસાનકારક થાય છે. સંતુલન રાખવું જરૂરી હોય છે.

૫. સારો શેર એ છે, જેને તમે જ્યારે ઈચ્છો, વેચી શકો - એવા શેરમાં પોતાના પૈસા ના ફસાવી દો, જેનો પછીથી ખરીદદાર મળવો જ મુશ્કેલ થાય.

૬. જોખમ ના લો - નો રિસ્ક નો ગેન - જે રોકાણમાં જેટલું વધારે જોખમ હશે, એનાથી તમે એટલી જ અધિક કમાણીની અપેક્ષા કરી શકો છો.

૭. જોખમ અને અનિશ્ચિતતાને ઓછી કરવાની એક જ રીત - જાણકારી અને વિશ્લેષણ - હંમેશાં કોઈ પણ નિર્ણય લેવાથી પહેલાં એનાથી જોડાયેલાં બધા આંકડાઓનું અધ્યયન કરી લો.

શેર બજારને સમજો

૧. શેર બજારમાં દરેક વસ્તુની ચરમ પ્રતિક્રિયા થાય છે? જ્યારે બજાર ચઢવાનું શરૂ થાય છે, તો શેરોના ભાવ આકાશને સ્પર્શવા લાગે છે પણ જ્યારે બજાર કથળે છે, તો ભાવ પણ ખરાબ રીતે પિટાઈ જાય છે. આ જ તીવ્ર ઉતાર-ચઢાવને કારણે રોકાણકારોને નફો કમાવાની તક મળે છે.

૨. સેરોના ભાવ ક્યારેય પણ એક દિશામાં નથી ચાલતા - દરેક તેજી પછી કિંમત કથળે છે, એને 'રિએક્શન' કહે છે અને દરેક મંદી પછી કિંમત ફરી ઊઠે છે એને 'રેલી' કહેવામાં આવે છે. આ તથ્યને ધ્યાનમાં રાખીને શેર ખરીદવા તેમજ વેચવાના ઉપયુક્ત સમયને ઓળખો.

૩. લાલચ અને ડર શેર બજારમાં મંડરાવાવાળી સામાન્ય ભાવનાઓ છે - લાલચને કારણે બજારમાં તેજી આવે છે અને મંદીની સાતે ડર જોડાયેલો હોય છે.

યોજના અને નીતિ

૧. **અનુભવ વગર સટ્ટાબાજીમાં હાથ ન નાખો :** આ વેપારમાં જેટલું જોખમ અને અનિશ્ચિતતા છે, એટલા નફાની સંભાવના નથી, તેથી સટ્ટાબાજીમાં અનુભવ વગર દખલ ના દો.

૨. **દીર્ઘકાલીન રોકાણ કરો :** લાંબા સમય માટે કરવામાં આવેલા વિવિધતાપૂર્ણ રોકાણમાં નુકસાનનું જોખમ ખૂબ જ ઓછું થઈ જાય છે. એનાથી મૂળધનમાં થયેલી વૃદ્ધિ પર લાગવાવાળા કરમાં પણ સારી રાહત મળી જાય છે.

૩. **બજારના ઉતાર-ચઢાવનો લાભ ઉઠાવો :** શેર બજારના સૂચકાંક તપાસવાથી તમે બજારની સ્થિતિને સરળતાથી ઓળખી શકશો. બજારમાં ગિરાવટ થઈ રહી હોય, તો શેર ખરીદો અને ઉઠવા પર પુનઃ વેચી દો.

૪. કેટલીય કંપનીઓ કાચા માલથી લઈને ઉત્પાદનના અંતિમ ચરણ સુધી દરેક પાસા ખુદ સંભાળે છે : રિલાયન્સ અને ટિસ્કો એવી જ કંપનીઓ છે, એમનામાં રોકાણ લાભદાયક રહે છે.

૫. ઉપભોક્તા ઉત્પાદનમાં લાગેલી કંપનીઓ સામાન્ય રીતે મૂળ આર્થિક ક્ષેત્રોમાં કામ કરી રહેલી કંપનીઓથી ઉત્તમ રોકાણ સાબિત થાય છે.

૬. સૌથી લાભદાયક રોકાણના અવસર બહુધા એવા શેરોમાં મળે છે, જ્યો અધિક લોકોનું ધ્યાન નથી જતું.

૭. **સમયનો લાભ ઉઠાવો :** કેટલીય વાર સારી કંપનીઓ થોડાં સમય માટે પ્રતિકૂળ પરિસ્થિતિઓમાં ફસાઈ જાય છે, એવા સમયમાં એમના શેર્સના ભાવ વધારે કથળી જાય છે. કંપનીની સ્થિતિ સુધરવા પર ભાવ પણ વધશે. ત્યારે તમે એમને વેચીને નફો કમાઈ શકો છો.

૮. થોડાં સમય માટે શેરનો ભાવ નીચે જવા કે ઉપર ઉઠવાથી એમાં રોકાણની યોગ્યતાનો નિર્ણય ના લો.

૯. ચાર્ટ, ગ્રાફ અને તકનીકી વિશ્લેષણ પર વધારે વિશ્વાસ ના કરો.

૧૦. એક કંપનીમાં પૈસા લગાવતા સમયે બધા શેર એક સાથે ન ખરીદો.

૧૧. 'ઍવરેજિંગ'ને શેર વેચવા માટે પ્રયોગ ન કરો, કથળી રહેલી કિંમતોમાં પોતાના શેર વેચવાથી નુકસાન થશે. પુનઃ ઉઠવાની પ્રતીક્ષા કરો.

આ કેટલીક એવી ટિપ્સ છે, જેમનો પ્રયોગ કરીને તમે શેર બજારમાં નુકસાન ઉઠાવવાથી બચી શકો છો.

મ્યૂચ્યુઅલ ફંડ રોકાણકારોને ત્રણ રોકાણ વિકલ્પ ઉપલબ્ધ કરાવે છે - ડિવિડન્ડ, ડિવિડન્ડ રિઈન્વેસ્ટમેન્ટ અને ગ્રોથ.

ફક્ત કરનીતિના આધાર પર જ ડિવિડન્ડ રિઈન્વેસ્ટમેન્ટ વિકલ્પની પસંદગી કરવામાં આવવી જોઈએ. એનો કોઈ અન્ય આધાર નથી હોઈ શકતો. ડિવિડન્ડ રિઈન્વેસ્ટમેન્ટ વિકલ્પની અલગથી એન.એ.પી. ઘોષિત નથી કરવામાં આવતી. આમ તો, ડિવિડન્ડ અને ડિવિડન્ડ રિઈન્વેસ્ટમેન્ટ વિકલ્પમાં કોઈ અંતર નથી. બીજા શબ્દોમાં ડિવિડન્ડ ક્લિપની એન.એ.પી. ડિવિડન્ડ રિઈન્વેસ્ટમેન્ટ વિકલ્પ પર લાગૂ થાય છે.

ડિવિડન્ડ રિઈન્વેસ્ટમેન્ટ કેવી રીતે કામ કરે છે? રિઈન્વેસ્ટમેન્ટ વિકલ્પન અંતર્ગત ડિવિડન્ડ રોકાણકારના બેંક ખાતામાં જમા થવાને બદલે એ જ ફંડની યૂનિટો ખરીદવામાં લગાવી દેવામાં આવે છે. લાભાંશ વિકલ્પમાં રોકાણકારે એ ખુદ જ કરવું પડતું. આ રીતે રિઈન્વેસ્ટમેન્ટ વિકલ્પમાં ફાયદો સમયની બચતનો છે. એના સિવાય એના પર એન્ટ્રી લોડ પણ નથી લાગતો. લાભાંશ મેળવવા અને એમને રોકાણ કરવામાં એક સમસ્યા છે, હંમેશાં આ રોકાણ વગર બેંકમાં પડી રહી જાય છે. જેમ-જેમ દિવસ પસાર થાય છે, એના પર રિટર્ન ઘટતું જાય છે. એક મનોવૈજ્ઞાનિક સમસ્યા પણ છે. બજારમાં ઉતાર-ચઢાવ આવવા પર રોકાણકાર રોકાણનો નિર્ણય ટાળી દે છે, જેનાથી રિટર્ન પ્રભાવિત થાય છે. ડિવિડન્ડ રિઈન્વેસ્ટમેન્ટમાં એક પ્રકારનું અનુશાસન હોય છે. મ્યૂચ્યુઅલ ફંડ રોકાણકારો

માટે આ કામ કરે છે, આથી સમીકરણથી વિવેકનું પાસુ હટાવી દો. તો શું આ સૌથી સુંદર વિકલ્પ નથી? જવાબ આપવામાં ઉતાવળ ના કરો.

ઈક્વિટી આધારિત મ્યૂચ્યુઅલ ફંડ પર લાભાંશ વિતરણ કર અને દીર્ઘાવધિ પૂંજીગત લાભ કર ન હોવાથી ગ્રોથ અને ડિવિડન્ડ રિઈન્વેસ્ટમેન્ટ વિકલ્પમાં કોઈ અંતર નથી. બંને જ રોકાણકારોની સંપત્તિનું એક સમાન બજાર મૂલ્ય અર્જિત કરે છે. જોકે, જો સરકાર ફરીથી લાભાંશ વિતરણ કર લગાવે છે, ત્યારે દરેક વખતે લાભાંશ ઘોષિત થવા પર ૧૪.૦૨૫ ટકા ઓછું રોકાણ થશે. (અત્યારે ફક્ત બિન-ઈક્વિટી ફંડમાં રોકાણમાં લાભાંશ વિતરણ પર ૧૪.૦૨૫ ટકાનો વિતરણ કર લાગે છે.) રોકાણની અવધિ મોટી થવા પર ૧૪.૦૨૫ ટકાનું અંતર રિટર્ન પર ભારે પડશે. બીજી તરફ, દીર્ઘાવધિ પૂંજીગત લાભ કરને ફરીથી કરવામાં આવવા પર ડિવિડેન્ડ રિઈન્વેસ્ટમેન્ટ ગ્રોથ વિકલ્પ પર ભારે પડશે. લાભાંશના પુનર્નિવેશ પર રોકાણકારને યૂનિટો મળે છે અને જ્યારે રિડક્શન થાય છે, ત્યારે લાભાંશ યૂનિટોના ખર્ચના બરાબર થાય છે. એને ઉદાહરણથી સમજવાનો પ્રયત્ન કરીએ છીએ. રોકાણ ગ્રોથ વિકલ્પમાં કરવામાં આવ્યો છે.

પ્રથમ રોકાણ ૧ જાન્યુઆરી, ૨૦૦૬એ થયું. ૧૦ રૂપિયાના દરથી ૧૦,૦૦૦ યૂનિટો એક લાખમાં ખરીદવામાં આવી.

સ્કીમનું પ્રદર્શન ખૂબ સારું રહ્યું અને એક વર્ષ પછી ૧ જાન્યુઆરી, ૨૦૦૭ની સ્કીમની એન.એ.વી. ૧૩ રૂપિયા થઈ ગઈ.

તારીખ	વિવરણ	યૂનિટ	એન.એ.વી.	કુલ
૧ જાન્યુઆરી, ૨૦૦૬	પ્રથમ રોકાણ	૧૦,૦૦૦	૧૦	૧,૦૦,૦૦૦
૧ જાન્યુઆરી, ૨૦૦૭	વૃદ્ધિ	૧૦,૦૦૦	૧૩	૧,૩૦,૦૦૦

યૂનિટ વેચવામાં આવવા પર રોકાણકારને ૩૦,૦૦૦ રૂપિયાનો મૂડીગત લાભ થશે અને ૧૦ ટકાના દરથી ૩૦૦૦ રૂપિયા કર (ટેક્સ) થશે.

ચાલો જોઈએ કે, આ જ આંકડાઓનાં આધાર પર ડિવિડન્ડ રિઈન્વેસ્ટમેન્ટ વિકલ્પથી કેટલું રિટર્ન મળે છે :

૧ જાન્યુઆરી, ૨૦૦૭ને ડિવિડન્ડ રિઈન્વેસ્ટમેન્ટ અને ગ્રોથ વિકલ્પમાં કોઈ અંતર નથી. મ્યૂચ્યુઅલ ફંડ ૨૦ ટકાના દરથી બે રૂપિયા પ્રતિ યૂનિટ લાભાંશ ઘોષિત કરે છે. લાભાંશ પૂર્વ એન.એ.વી. ૧૧ = (૧૩-૨) રૂપિયા છે. રોકાણકારને ૨૦,૦૦૦ રૂપિયા (બે રૂપિયા પ્રતિ યૂનિટના દરથી ૧૦,૦૦૦ યૂનિટ પર) લાભાંશ મળશે. આ ૨૦,૦૦૦ રૂપિયા લાભાંશ પૂર્વ એન.એ.વી. પર ફરીથી સ્કીમમાં લગાવી દેવામાં આવે છે. આ પ્રકારે યૂનિટોની સંખ્યા ૧૮૧૮.૧૮૨ (૧૮૧૮.૧૮૨ x ૧૧ = ૨૦,૦૦૦) થઈ જાય છે.

તારીખ	વિવરણ	યૂનિટ	એન.એ.વી.	કુલ
૧ જાન્યુઆરી, ૨૦૦૭	પ્રથમ રોકાણ	૧૦,૦૦૦	૧૧	૧,૧૦,૦૦૦
૧ જાન્યુઆરી	રિઈન્વેસ્ટમેન્ટ પર યૂનિટોની સંખ્યા	(૧૮૧૮.૧૮૨)	૧૧	૨૦,૦૦૦
				કુલ-૧,૩૦,૦૦૦

આવો જોઈએ કે, એનાથી કેટલો પૂંજીગત લાભ થાય છે. ૧૧ રૂપિયાના દરથી ૧૧૮૧૮.૧૮૨ યૂનિટોનો મૂલ્ય ગ્રોથ વિકલ્પના બરાબર ૧,૩૦,૦૦૦ રૂપિયા થશે. જોકે, ખર્ચમાં અંતર છે. મૂળ યૂનિટોનો ખર્ચ એક લાખ રૂપિયા છે. જોકે, ડિવિડન્ડ રિઈન્વેસ્ટમેન્ટ પર વધારાના યૂનિટોનો ખર્ચ ૨૦,૦૦૦ રૂપિયા છે.

પૂંજીગત લાભ	યૂનિટોની સંખ્યા	એન.એ.વી.	કુલ રકમ
વેચાણ મૂલ્ય	(૧૦,૦૦૦ + ૧૮૧૮.૧૮૨) x ૧૧		
	૧૧૮૧૮.૧૮૨	૧૧	૧,૩૦,૦૦૦
ઘટાડેલો ખર્ચ			
આરંભમાં યૂનિટો	૧૦,૦૦૦	૧૦	૧,૦૦,૦૦૦
રિઈન્વેસ્ટમેન્ટથી મળેલાં યૂનિટો	૧૮૧૮.૧૮૨	૧૧	૨૦,૦૦૦
			કુલ રકમ : ૧,૨૦,૦૦૦
૧૦ ટકાના દરથી કર	૧,૦૦૦		

૧,૦૦૦ રૂપિયાનો પૂંજીગત લાભ કર ગ્રોથ વિકલ્પના ૩,૦૦૦ રૂપિયાના મુકાબલે ઘણો ઓછો છે. કુલ મિલાવીને, ડિવિડન્ડ રિઈન્વેસ્ટમેન્ટ અને ગ્રોથમાં અંતર ફક્ત વર્તમાન કરનીતિથી છે.

૯

એમ્પલૉઈ સ્ટૉક ઑપ્શન પ્લાનનાં શેર

ના ફક્ત ભારતમાં બલ્કે દુનિયાભરના શેર બજારોમાં તેજીનું વાતાવરણ બનેલું છે. એવામાં સ્ટૉક ઑપ્શન એક વાર ફરી કર્મચારીઓને ખુશ કરવાની રીત બની ગયું છે. આ ચલણને દેશમાં પ્રથમ સૉફટવેર ક્ષેત્રની અગ્રણી કંપનીઓએ શરૂ કરી. હવે બધા ઉદ્યોગોમાં કંપનીઓ ટૉપ મેનેજમેન્ટથી લઈને અદના કર્મચારીઓને ઈસોપ આપી રહી છે.

આવો જોઈએ કે, શું હોય છે એમ્પ્લૉઇ સ્ટૉક ઑપ્શન પ્લાન (ઈસોપ)? કંપનીઓ કેવી રીતે અને કેમ કર્મચારીઓને ઈસોપ આપે છે? વેસ્ટિંગ અવધિ શું હોય છે અને આ કર્મચારીઓને કેવી રીતે પ્રભાવિત કરે છે? ઈસોપ પર કેવી રીતે કર લાગૂ થાય છે અને ઓછી કર દેયતા માટે કર્મચારીએ શું કરવું જોઈએ?

આ સવાલોના જવાબ સ્ટૉક ઑપ્શનની સરળ પરિભાષાથી શરૂ કરે છે. સ્ટૉકઑપ્શન કર્મચારીઓને નિયત કરેલા સમયમાં નિયત કિંમત પર કંપનીના શેર ખરીદવાનો વિકલ્પ આપે છે. આને સામાન્ય રીતે ઉપસ્થિત કિંમતથી ડિસ્કાઉન્ટ કર ઉપલબ્ધ કરાવવામાં આવે છે.

વેસ્ટિંગ અવધિ : સ્ટૉક ઑપ્શન મેળવવાનો અર્થ એ નથી થતો કે, કંપનીના શેર મળી ગયા છે. ઑપ્શન શેર ખરીદવાનો અધિકાર હોય છે, ના કે એક જવાબદારી. કર્મચારી ઑપ્શનનો ઉપયોગ કરીને ખરીદદારી કરી શકે છે. સામાન્ય રીતે આ ઑપ્શનના ઉપયોગ કરવાના હકને કેટલાય વર્ષોમાં વહેંચી દેવામાં આવે છે. બીજા શબ્દોમાં કર્મચારીએ આ શેરોને ખરીદવાનો હક પ્રાપ્ત કરવો પડશે. એમને એમનામાં રોકાણરત રહેવું પડશે.

ઉદાહરણ માટે, કખગ લિમિટેડે ૨૦૦ રૂપિયા પ્રતિ શેરના દરથી ૧૦૦ શેર ખરીદવાનો વિકલ્પ આપ્યો છે. કર્મચારી શેરોના ૨૫ ટકા પ્રથમ વર્ષે ખરીદી શકે છે અને બાકી હિસ્સો આગલા ત્રણ વર્ષોમાં. એનો અર્થ છે કે, દરેક વર્ષે કુલ શેરોના ૨૫ ટકા રોકાણ થશે. વેસ્ટિંગ શિડ્યૂલ એ નક્કી કરે છે કે, કર્મચારી ક્યારે પોતાના

ઑપ્શનનો ઉપયોગ કરી શકે છે. વેસ્ટિંગ અવધિમાં કર્મચારી નક્કી કિંમત પર શેર ખરીદવાના હકનો ઉપયોગ કરી શકે છે.

સ્ટૉક ઑપ્શન યોજનામાં વેસ્ટિંગ શિડ્યૂલ, એક્સરસાઇઝ પ્રાઇઝ અને એક્સરસાઇઝ અવધિ લખેલી રહે છે. મોટાભાગના મામલાઓમાં એક્સરસાઇઝ અવધિ અને વેસ્ટિંગ શિડ્યૂલ સમાન હોય છે.

કર (ટેક્સ)ની સ્થિતિ : સ્ટૉક ઑપ્શન ૧૯૯૯-૨૦૦૦ સુધી દેશમાં બે સ્તરવાળી કર વ્યવસ્થા હતી. કરાધાનનું પ્રથમ ચરણ ઑપ્શનના ઉપયોગ પર થતું હતું. શેરના બજાર મૂલ્ય અને એના માટે કર્મચારીની ચુકાવેલી કિંમતના અંતર પર કર આપવો પડતો હતો. શેરોના વેચાણ પર વિક્રય મૂલ્ય અને શેરના ખરીદ મૂલ્યના અંતર પર પૂંજીગત લાભ કર આપવો પડતો હતો.

હવે ફક્ત શેરોના વેચાણના સમયે જ કરી દેવો પડે છે. એનો અર્થ એ છે કે, શેરના વેચાણના સમયે ખરીદ મૂલ્ય અને વિક્રય મૂલ્યની વચ્ચેના અંતર પર પૂંજીગત લાભ કર લાગે છે. એના પર પૂંજીગત લાભ કરના સાધારણ નિયમ લાગૂ થાય છે. એક વર્ષ સુધી શેર પોતાની પાસે રાખ્યા પછી કોઈ માન્યતા પ્રાપ્ત સ્ટૉક એક્સચેન્જમાં વેચો, તો એનાથી દીર્ઘાવધિ પૂંજીગત લાભ થશે અને તે કરમુક્ત થશે. નહીં તો, એના પર ૧૦ ટકાના દરથી અલ્પાવધિ પૂંજીગત લાભ કર લાગૂ થશે. ભારતીય કંપનીઓ દ્વારા પોતાના કર્મચારીઓને આપવામાં આવેલા ઈસોપ પર આ પ્રકારે કર લાગૂ થાય છે.

વિદેશી ઈસોપ : ઘણાં બધા સૉફ્ટવેર પ્રોફેશનલને વિદેશી પેરેન્ટ કંપનીઓ ઈસોપ આપે છે. એના પર કયા પ્રકારે કર લાગૂ થશે? અહીંયા પણ પૂંજીગત લાભ કર લાગૂ થશે. અંતર ફક્ત એટલું છે, કેમ કે શેરોની લેણ-દેણ ઘરેલૂ સ્ટૉક ઍક્સચેન્જમાં નથી થતી, આથી ૧૨ મહીનાથી વધારે સમય સુધી રોકાણરત રહેલાં રોકાણકારો પર ઇન્ડેક્શનની સાથે ૨૦ ટકાના દરથી કર લાગૂ થશે. એમાં ઓછાં સમય માટે રોકાણરત રહેવાની સ્થિતિમાં કર્મચારી પર કરનો પૂરો દર લાગૂ થશે.

ભૂલોથી બચાવ : વેસ્ટિંગ અવધિ દરમિયાન શેરોની ખરીદી પર કર્મચારીઓને મોટી રકમ ખર્ચ કરવાની હોય છે. જરૂરી નથી કે, શેર ખરીદવાના હકનો ઉપયોગ કરવા માટે દરેકની પાસે પૈસા હોય. આથી મોટાભાગની કંપનીઓ કર્મચારીઓને કેશલેશ ટ્રાંજેક્શનનો લાભ આપે છે. આને ઑપ્શનની ક્લિપિંગ પણ કહેવામાં આવે છે. એવામાં કર્મચારી ઑપ્શનનો ઉપયોગ કરીને એક જ ટ્રાંજેક્શનમાં એમને વેચી શકે છે.

જોકે, એવામાં કર્મચારીને અલ્પાવધિ પૂંજીગત લાભ થાય છે અને જો શેર વિદેશમાં સૂચીબદ્ધ હોય, તો લાભ પર કર (ટેક્સ)નો સૌથી ઊંચો દર ૩૦.૬ ટકા અથવા

૩૩.૬૬ ટકા લાગૂ થાય છે. એ કર્મચારીઓને આ નુકસાન ઉઠાવવું પડે છે, જેમને ઈસોપમાં વિદેશમાં સૂચીબદ્ધ પેરેન્ટ કંપનીનાં શેર મળે છે. આ સમસ્યાથી બચી શકાય છે, પરંતુ કર્મચારીએ થોડી મહેનત કરવી પડશે. કર્મચારી એચ.આર. વિભાગને એ કહી શકે છે કે, એને કેશલેસ ઍક્સરસાઇઝ ઑપ્શનમાં રસ નથી.

ઈસોપના શેરો માટે પોતાના ખિસ્સાથી પૈસા ભરો. રોકડની કમી હોય, તો લોન લઈ લો. પણ ધ્યાન આપો, લોન એક વર્ષથી ઓછાની હોવી જોઈએ. જોકે, લોન માટે વ્યાજ ચુકવણી અને કર બચતની તુલના જરૂર કરી લેવી જોઈએ. મોટાભાગના મામલાઓમાં કેશલેશ એક્સરસાઇઝ વધારે મોંઘી સાબિત થાય છે.

કુલ મિલાવીને એક કંપની પોતાના કર્મચારીઓ માટે કેટલાય પ્રકારથી સ્ટૉક ઑપ્શનની યોજના બનાવી શકે છે. પરંતુ પ્લાન કેવો પણ હોય, પાયાના સિદ્ધાંત નથી બદલાતાં. એનો વધારેથી વધારે લાભ ઉઠાવવા માટે કર્મચારીએ વેસ્ટિંગ સમયગાળો, એક્સરસાઇઝ સમયગાળો અને કરાધાનને ધ્યાનમાં રાખીને કંપનીની યોજનાની તપાસ કરવી જોઈએ.

ભારતીય કંપનીઓનાં શેરો અને મ્યૂચ્યુઅલ ફંડોમાં રોકાણ કરવાવાળા રોકાણકાર જલ્દી જ વિદેશી શેર બજારોમાં રોકાણ કરી શકશે. બજેટમાં આ સંબંધમાં કરવામાં આવેલી ઘોષણા લાગૂ થઈ ગયા પછી વિદેશી કંપનીઓનાં શેરોમાં રોકાણનો માર્ગ સરળ થઈ જશે. વર્તમાનમાં ઘરેલૂ રોકાણકારોને વિદેશી કંપનીઓનાં શેરોમાં રોકાણની પરવાનગી છે, પરંતુ સંબંધિત પ્રક્રિયા ખૂબ જટિલ છે.

વિદેશમાં રોકાણના વર્તમાન નિયમ

વર્તમાનમાં ઘરેલૂ મ્યૂચ્યુઅલ ફંડોને કેટલીક ખાસ શરતો પૂરી કરવા પર વિદેશી પ્રતિભૂતિઓમાં રોકાણ કરવાની પરવાનગી છે. આ રીતે ભારતીય નાગરિકોને પણ વિદેશમાં વાર્ષિક ૫૦ હજાર ડૉલર સુધી રોકાણ કરવાની અનુમતિ આપવામાં આવી છે. પરંતુ નિયમોનાં તાર્કિક ન હોવાથી રોકાણકાર એનો લાભ નથી ઉઠાવી શકતા. બજેટમાં કરવામાં આવેલી ઘોષણામાં બંને જ નિયમોને તાર્કિક બનાવવાના પ્રયત્ન છુપાયેલા છે. બજેટમાં કરવામાં આવેલી ઘોષણાના લાગૂ થવા પર દેશી રોકાણકાર મ્યૂચ્યુઅલ ફંડોના માધ્યમે વિદેશમાં સૂચીબદ્ધ શેરોમાં રોકાણ કરી શકશે. વર્તમાન નિયમો પ્રમાણે મ્યૂચ્યુઅલ ફંડ ઉદ્યોગ દ્વારા વિદેશમાં કરવામાં આવેલું રોકાણ ત્રણ અબજ ડૉલરથી અધિક ના હોવું જોઈએ. એના સિવાય કોઈ એક મ્યૂચ્યુઅલ ફંડ દ્વારા વિદેશમાં કરવામાં આવવાવાળા રોકાણની સીમા પણ નક્કી કરવામાં આવી છે. આ સીમા સંબંધિત મ્યૂચ્યુઅલ ફંડ દ્વારા પ્રબંધન કરવામાં આવી રહેલી રકમના ૧૦

ટકાથી વધારે ના હોવી જોઈએ. આ પ્રકારે પ્રત્યેક મ્યૂચ્યુઅલ ફંડ માટે પણ અલગથી ૧૫ કરોડ ડૉલરની સીમા નક્કી કરવામાં આવી છે.

ઈ.ટી.એફ.માં પણ રોકાણની અનુમતિ

યોગ્યતા પ્રાપ્ત કેટલાંક ઘરેલૂ મ્યૂચ્યુઅલ ફંડોને વિદેશી એક્સચેન્જ ટ્રેડેડ ફંડો (ઈ.ટી.એફ.)માં રોકાણની અનુમતિ છે. તેઓ વિદેશી ઈ.ટી.એફ.માં એક અબજ ડૉલર સુધી રોકાણ કરી શકે છે. પરંતુ એવું કરવા માટે કેટલીક શરતો પૂરી કરવી પડે છે. પ્રથમ, વિદેશી ઈ.ટી.એફ.માં એ જ મ્યૂચ્યુઅલ ફંડ રોકાણ કરી શકે છે, જે ૩૧ જુલાઈ, ૨૦૦૬એ દસ વર્ષ સુધી પરિચાલન કરી ચુક્યો હોય. બીજી, મ્યૂચ્યુઅલ ફંડ અથવા એના પ્રવર્તકોને વિદેશી પ્રતિભૂતિઓમાં રોકાણનો અનુભવ હોવો જોઈએ અને એનું પ્રમાણપત્ર ટ્રસ્ટી દ્વારા પ્રદાન કરવામાં આવવું જોઈએ. વિદેશી ઈ.ટી.એફ.માં રોકાણ માટે પ્રત્યેક મ્યૂચ્યુઅલ ફંડ માટે પાંચ કરોડ ડૉલરની સીમા નક્કી કરવામાં આવી છે.

વ્યક્તિગત રોકાણકારોથી સંબંધિત નિયમ

૨૦ ડિસેમ્બર, ૨૦૦૬એ જારી કરવામાં આવેલા એક સરક્યુલર પ્રમાણે ભારતીય રોકાણકારને કોઈ એક કેલેન્ડર વર્ષમાં વિદેશી રોકાણ માધ્યમોમાં ૫૦,૦૦૦ ડૉલરના રોકાણની અનુમતિ આપવામાં આવી છે. એવા રોકાણકાર ફક્ત એ જ કંપનીઓનાં શેરોમાં રોકાણ કરી શકે છે, જેમની ભારતમાં સૂચીબદ્ધ કોઈ કંપનીમાં ૧૦ ટકા ભાગીદારી હોય. ઉદાહરણ માટે યૂનીલીવરમાં રોકાણ કરી શકાય છે, કેમ કે હિન્દુસ્તાન લીવર લિમિટેડમાં એની ભાગીદારી દસ ટકાથી અધિક છે. આ રીતે કોઈ ભારતીય રોકાણકાર જો ગૂગલના શેરોને ખરદવા ઇચ્છે છે, તો તે એવું નથી કરી શકતો. પરંતુ નવા નિયમોમાં આ શરતને સમાપ્ત કરી દેવામાં આવી છે. બજેટમાં વિદેશમાં રોકાણ સંબંધી નિયમોને વ્યાવહારિક બનાવવાની ઘોષણા કરવામાં આવી છે. અત્યાર સુધી આ મામલામાં દિશા-નિર્દેશ જારી કરવામાં નથી આવ્યો, પરંતુ એની પૂરી સંભાવના છે કે, ઘરેલૂ મ્યૂચ્યુઅલ ફંડોને એવી ખાસ સ્કીમો જારી કરવાની અનુમતિ આપવામાં આવશે, જે ફક્ત વિદેશમાં રોકાણના ઉદ્દેશ્યથી લૉન્ચ કરવામાં આવશે.

આશા છે કે, વિદેશમાં રોકાણથી સંબંધિત નવા દિશા-નિર્દેશોમાં વર્તમાન નિયમોની ખામીઓ દૂર કરી દેવામાં આવશે. ઉદાહરણ માટે વિદેશી ઈ.ટી.એફ.માં રોકાણ માટે મ્યૂચ્યુઅલ ફંડને દસ વર્ષથી અધિક જૂના હોવું જરૂરી છે. આ નિયમના

ચાલતા ભારતીય મ્યૂચ્યુઅલ ફંડ વિદેશી ઈ.ટી.એફ.માં રોકાણ નથી કરી શકતા. આ નિયમના ચાલતા ભારતમાં ઈ.ટી.એફ.ની શરૂઆત કરવાવાળા બેંચમાર્ક મ્યૂચ્યુઅલ ફંડ સુધીને વિદેશી ઈ.ટી.એફ.માં રોકાણ કરવાની પાત્રતા પ્રાપ્ત નથી. જ્યારે કે સત્ય એ છે કે, આ ફંડ વિદેશી ઈ.ટી.એફ.માં પૈસાનું પ્રબંધન કરવાની સૌથી ઉત્તમ સ્થિતિમાં છે. ૯૦ના દશકની શરૂઆતમાં ઘરેલૂ મ્યૂચ્યુઅલ ફંડોએ પરિચાલન શરૂ કર્યું હતું, આથી વિદેશી ઈ.ટી.એફ.માં રોકાણ માટે ૧૦ વર્ષના અનુભવની શરત યોગ્ય નથી. વર્તમાનમાં મ્યૂચ્યુઅલ ફંડ કંપનીઓ દ્વારા લગભગ ૩,૫૮,૨૬૧ કરોડ રૂપિયાનું પ્રબંધન કરવામાં આવી રહ્યું છે. વિદેશમાં રોકાણથી સંબંધિત નિયમો સરળ થવાથી મ્યૂચ્યુઅલ ફંડ રોકાણકારોનાં પૈસાને વિદેશી કંપનીઓમાં રોકાણ કરી શકશે.

૧૦

આઈ.પી.ઓ.માં રોકાણ

સારા શેરની પસંદગી કરવી કેટલીય વાર ખૂબ જ મુશ્કેલ થઈ જાય છે. પ્રાથમિક બજારમાં રોકાણ કરવાથી પહેલાં સારું-એવું હોમવર્ક કરવું જરૂરી થઈ ગયું છે. પરંતુ જે લોકોની પાસે સમયની અછત છે, એમના માટે આ કામ અત્યંત મુશ્કેલ હોય છે. એવા લોકોને તો એ જ સલાહ આપી શકાય છે કે, તેઓ આઈ.પી.ઓ. (Initial Public Offering)માં રોકાણ કરવાનો વિચાર ના જ કરે, તો સારું છે. તેમ છતાં આ ક્ષેત્રમાં રોકાણ કરવા જ ઇચ્છો છો, તો કોઈ સારા મ્યૂચ્યુઅલ ફંડની પસંદગી કરો. તમારા માટે જરૂરી બધી મહેનત તે ખુદ જ કરી લે છે.

બીજી તરફ, એક ચતુર તેમજ સતર્ક રોકાણકાર, જે આઈ.પી.ઓ.ના પ્રૉસપેક્ટ્સ તેમજ પત્રિકાઓ અને સમાચાર પત્રોમાં છપાવાવાળી સમીક્ષાઓનો ઊંડો અભ્યાસ કરવાની સાથે જ બધા પ્રકારના જોખમ પ્રતિ સજાગ હોય છે, તે સારો લાભ કમાઈ શકે છે.

નીચે કેટલાંક બિંદુ આપવામાં આવ્યા છે, જેમનું કોઈ આઈ.પી.ઓ.માં રોકાણ કરવાથી પહેલાં વ્યાપક વિશ્લેષણ કરી લેવું જરૂરી છે :

- પ્રવર્તકોનો પાછલો રેકૉર્ડ તેમજ અનુભવ - સમૂહની કંપનીઓનું પ્રદર્શન.
- પરિયોજના ખર્ચ - યોગ્ય કે વધારે.
- લક્ષ્ય - પ્રાપ્ત કરવા યોગ્ય, ખૂબ ઊંચા અથવા આશાજનક.
- મૂલ્યાંકન સ્વયં કરવામાં આવ્યું છે અથવા કોઈ બાહ્ય સ્વતંત્ર એજેન્સી દ્વારા?
- નિર્યાતના અવસર અને શું વિદેશથી કોઈ મજબૂત પ્રતિબદ્ધતા મળી છે?
- પ્રવર્તકોની ભાગીદારી.
- પ્રતિસ્પર્ધા - ઘરેલૂ તેમજ વૈશ્વિક બંને.
- ઉદ્યોગ - અસંગઠિત ક્ષેત્રનું વર્ચસ્વ છે અથવા સંગઠિત ક્ષેત્રનું.
- પ્રીમિયમ ઉચિત છે અથવા નહીં.
- ઉત્પાદનો તેમજ વ્યવસાયનું વિવિધીકરણ - સંબદ્ધ અથવા અસંબદ્ધ.
- લાભ/લાભાંશ - સ્થાયિત્વ છે કે નહીં?

- ઉદ્યમ પૂંજી આધારિત છે અથવા શ્રમ આધારિત?
- અરજીનો ખર્ચ અને ફાળવણીની રીત.
- શું કંપની સતત બજારમાં જળવાયેલી છે?

એના સિવાય આઈ.પી.ઓ.ના કેટલાંક અન્ય સંકેતક પણ હોય છે :

બુક વેલ્યૂ : એનો અર્થ થાય છે ચુકતા પૂંજી અને અર્જિત આવકનો યોગ. આ ગુણોત્તરના આધાર પર કંપનીના મૂળ આકાર તેમજ વર્તમાન આકારની તુલના કરી શકાય છે.

બજાર મૂલ્ય : આને કંપનીની બેલેન્સ શીટ, સરકારની નીતિઓ,બજારની પરિસ્થિતિઓ, પ્રબંધન વગેરેના વિવરણના આધાર પર નક્કી કરવામાં આવે છે. એનાથી કંપનીના મજબૂત તેમજ નબળાં પક્ષોની જાણ ચાલે છે.

પ્રતિ શેર આવક (ઈ.પી.એસ.) : જેમ કે નામથી જ જાહેર છે, એનાથી જાણ ચાલે છે કે, કંપનીએ પ્રત્યેક શેર ધારક માટે કેટલી આવક અર્જિત કરી.

યીલ્ડ : આ બજાર ભાવ તેમજ લાભાંશનો ગુણોત્તર છે. એ ધ્યાન રાખવું જરૂરી છે કે, કોઈ શેરના વાર્ષિક રિટર્નની ગણના એના વર્તમાન બજાર મૂલ્યના આધાર પર કરવામાં આવે. એના સિવાય કંપની દ્વારા પૂર્વમાં આપવામાં આવેલા બોનસ પર રાઈટ શેરોની જાણકારી પ્રાપ્ત કરી લેવી પણ જરૂરી છે.

આઈ.પી.ઓ.માં રોકાણ કરવાના મામલામાં સૌથી મહત્ત્વપૂર્ણ વાત એ લગાવવાની છે કે, કંપની દ્વારા જે કિંમત પર શેર જારી કરવામાં આવી રહ્યાં છે, તે યોગ્ય છે અથવા નહીં? પરંતુ કોઈ પણ સામાન્ય રોકાણકાર માટે કોઈ કંપની અથવા એના આઈ.પી.ઓ.ને લઈને એટલી ઊંડાઈમાં જવું હંમેશાં શક્ય નથી હોતું. આ સ્થિતિમાં સૌથી ઉત્તમ ઉપાય એ જ છે કે, એક સામાન્ય ધારણાના આધાર પર નિર્ણય લેવામાં આવે. આઈ.પી.ઓ.ના જારી થવાના સમયે પત્રિકાઓ અને સમાચાર-પત્રોમાં એમની સમીક્ષા કરવામાં આવે છે. રોકાણકારોએ આમાંથી જ કેટલીક પ્રતિષ્ઠિત પત્ર-પત્રિકાઓની પસંદગી કરીને એમનો અભ્યાસ કરવો જોઈએ.

પ્રાથમિક બજારમાં રોકાણ કરતાં સમયે મફતની સલાહ આપવાવાળાઓથી સાવધાન રહેવાની જરૂર છે. ધ્યાન રાખો કે, જો કોઈની પાસે તમને આપવા માટે કોઈ સારો આઇડિયા છે, તો તે એને પહેલાં ખુદ પણ અજમાવી શકતો હતો. જેમની પાસે વિચાર હોય છે, તેઓ સલાહ નથી આપતા, બલ્કે એને અમલમાં લાવવાનો પ્રયાસ કરે છે.

ધ્યાન રાખો કે, શેર બજારને લઈને સચોટ ભવિષ્યવાણી કરવી કોઈના પણ

વશની વાત નથી. અહીં-તહીંની વાતો સાંભળીને રોકાણ કરવાવાળા લોકો હંમેશાં પોતાની મૂડી ગુમાવી બેસે છે. કોઈ સમય વિશેષ પર કોઈ નથી બતાવી શકતું, કે કયા શેરમાં રોકાણ સારું છે અને કયા શેરમાં ખરાબ. દરેક રોકાણકારની પોતાની માન્યતાઓ અને વિશ્વાસ હોય છે અને એમાં કોઈ ખરાબી પણ નથી. આથી પોતાનું મગજ લગાવ્યા વગર ક્યારેય રોકાણ ના કરો અને જો તમારી પાસે જાણકારી એક્ઠી કરવા માટે મહેનત કરવાનો સમય નથી, તો સીધા કોઈ મ્યૂચ્યુઅલ ફંડમાં રોકાણને અગત્યતા આપો.

જો તમે પોતાની આસપાસ નજર દોડાવશો, તો તમને ઘણાં બધા પેશેવર પોર્ટફોલિયો મેનેજર નજરે પડશે, જે રોકાણકારોનું ધ્યાન આકર્ષિત કરવાનો પ્રયત્ન કરી રહ્યા છે. આ મ્યૂચ્યુઅલ ફંડ છે. આ તમારા પોર્ટફોલિયો મેનેજર છે અને આ મોટા રોકાણકારોના મુકાબલે અધિક પારદર્શિતા અને કર લાભ ઉપલબ્ધ કરાવે છે.

પાયાની વાતો

મ્યૂચ્યુઅલ ફંડ કેટલાય પ્રકારના રોકાણ વિકલ્પ ઉપલબ્ધ કરાવે છે, જેમ કે - ઓપન ઈન્ડેડ, ક્લોઝ ઈન્ડેડ, સેક્ટોરલ ફંડ, બેલેન્સ્ડ ફંડ, એમ.આઈ.પી., એફ.એમ.પી., ગિલ્ટ ફંડ, ઈનકમ ફંડ વગેરે. જોકે, આયકર અધિનિયમ મ્યૂચ્યુઅલ ફંડોને ફક્ત બે વર્ગમાં વહેચે છે - ઈક્વિટી અને નૉન-ઈક્વિટી. એમની અવધિ અને એમના પર મળવાવાળા કર લાભ પણ અલગ-અલગ હોય છે. સાધારણ શબ્દોમાં ઈક્વિટી ફંડ એ ફંડ હોય છે, જે ૫૦ ટકાથી વધારે રોકાણ ઈક્વિટી શેરોમાં કરે છે. ૨૦૦૬ના બજેટમાં આ સીમાને વધારીને ૬૫ ટકા કરી દેવામાં આવી છે. એનાથી ઈક્વિટી ફંડને ભારે કર લાભ મળે છે. એમનાથી મળવાવાળા દીર્ઘકાલિક પૂંજીગત લાભને કરમુક્ત કરી દેવામાં આવ્યો છે. અલ્પકાલિક પૂંજીગત લાભ પર ૧૦ ટકાથી કર લાગૂ થશે. લાભાંશ પર વિતરણ કર લાગૂ નહીં થાય. યૂનિટોના રિડક્શન પર પહેલાં ૦.૨ ટકા સિક્યૂરિટી ટ્રાંજેક્શન ટેક્સ (એસ.ટી.ટી.) લાગૂ હતો. આ દરને વધારીને ૦.૨૫ ટકા કરી દેવામાં આવ્યો છે. બીજી તરફ નૉન-ઈક્વિટી ફંડોથી થવાવાળા દીર્ઘકાલિક પૂંજીગત લાભ પર ઈન્ડેક્શનની સાથે ૨૦ ટકા અથવા ઈંડેક્શન વગર ૧૦ ટકાના દરથીલાગૂ થાય છે. અલ્પકાલિક પૂંજીગત લાભને રોકાણકારની અન્ય આવકથી જોડવામાં આવશે અને લાગૂ સ્લેબ પ્રમાણે કરના દર લાગૂ થશે. લાભાંશ ચૂકવણી પર ૧૪.૦૨૫ ટકા કર લાગૂ થશે. કૉર્પોરેટ, ફર્મ વગેરે પર આ ૨૨.૪૪ ટકા છે. એમના પર એસ.ટી.ટી. લાગૂ નથી. લોકો એમ જ નથી કહેતાં કે, જેટલું વધારે જોખમ, એટલો વધારે ફાયદો.

ઈક્વિટી ફંડનું બીજું વેરિએન્ટ

ઈક્વિટી લિંક્ડ સેવિંગ સ્કીમ (ઈ.એલ.એસ.એસ.) : સામાન્ય શબ્દોમાં ઈ.એસ.એસ.એસ. કર લાભ ઉપલબ્ધ કરાવવાવાળા ઈક્વિટી ફંડ હોય છે. એમાં કરવામાં આવવાવાળા રોકાણ પર ધારા ૮૦-સી અંતર્ગત કર કપાત લાભ મળે છે. એટલે કે, એમનામાં રોકાણ કરેલી રકમ કર-યોગ્ય આવકથી ઘટાડી શકાય છે. જોકે, ધારા ૮૦-સી અંતર્ગત કપાત એક લાખ રૂપિયા સુધી મર્યાદિત છે. એને એક ઉદાહરણથી સમજીએ :

કર-યોગ્ય આવક	: ૬,૦૦,૦૦૦ રૂપિયા
ઈ.એલ.એસ.એસ.માં રોકાણ	: ૧,૦૦,૦૦૦ રૂપિયા
શુદ્ધ કર યોગ્ય આવક	: ૫,૦૦,૦૦૦ રૂપિયા

કર બચત લૉક-ઈનની સાથે ઉપલબ્ધ હોય છે. બીજા શબ્દોમાં, લૉક-ઈન અવધિ વગર ધારા ૮૦-સીનો લાભ નહીં મળે. પરંતુ, ફક્ત આ જ રોકાણી લૉક-ઈન અવધિ સૌથી ઓછી ફક્ત ત્રણ વર્ષ છે. એના સિવાય, ઈ.એલ.એસ.એસ.નું પ્રદર્શન પણ સમકક્ષ ડાઈવર્સિફાઈડ ફંડોના મુકાબલે ઉત્તમ હોય છે. એવું આથી થાય છે કેમ કે, ફંડ મેનેજરોનો રોજ-રોજ થવાવાળા રિડક્શન પરેશાન નથી કરતાં અને એમને રોકાણ માટે એક સારી લાંબી અવધિ સુધી રકમ ઉપલબ્ધ રહે છે. કર લાભને ભૂલા જાઓ, તો એમાં એક લાખ રૂપિયાથી વધારેનું રોકાણ ફાયદાકારક રહેશે.

વિકલ્પોની ભીડમાં કોણ સાચું છે?

મ્યૂચ્યુઅલ ફંડમાં ત્રણ વિકલ્પ હોય છે - ડિવિડન્ડ, ડિવિડન્ડ ડિસ્ટ્રીબ્યૂશન અને ગ્રોથ. ડિવિડન્ડને સમજવા વધારે સરળ છે. કેમ કે, લાભાંશ કરમુક્ત હોવાથી આ નિયમિત આવક મેળવવાનો શાનદાર રોકાણ વિકલ્પ છે. એનો અર્થ નક્કી સમય પર આપોઆપ નફાવસૂલીથી પણ થાય છે, જે તેજીમાં વધારે ફાયદાકારક હોય છે. વર્તમાન કર વ્યવસ્થાને જોતાં ડિવિડન્ડ રિઈન્વેસ્ટમેન્ટ અને ગ્રોથ ઑપ્શનમાં કોઈ અંતર નથી. જોકે, ભવિષ્યમાં લાભાંશ કર લાગૂ થવા પર ડિસ્ટ્રીબ્યૂશન ટેક્સનો ભાર ઉઠાવવાને બદલે ગ્રોથ વિકલ્પ અપનાવવો યોગ્ય રહેશે. કુલ મિલાવીને, મ્યૂચ્યુઅલ ફંડ રોકાણકારોને પ્રતિફળ, જોખમ, તરળતા અને કર-લાભનું સર્વોત્તમ સમ્મિશ્રણ ઉપલબ્ધ કરાવે છે. તમે પોતાના અંગત પોર્ટફોલિયો મેનેજર મ્યૂચ્યુઅલ ફંડને એના કામ કરવા આપો. વારંવાર લેવાલી અને વેચવાલી કરવાથી રોકાણની મજા ખરાબ થાય છે.

એન.એફ.ઓ.

લૉન્ચિંગના સમયે ૧૦ રૂપિયાની એન.એ.વી. ૪૦ રૂપિયાની એન.એ.વી.થી વધારે ફાયદાકારક હોય છે. એમનો આ વિરોધ હોય છે કે, ૪૦ રૂપિયાની એન.એ.વી. પર એમને અપેક્ષાકૃત ઓછી યૂનિટો મળશે. તે એ નથી સમજી શકતા કે, એની રોકાણ કરેલી રાશિમાં ટકાવારી લાભ વધારે અર્થ રાખે છે. એન.એ.વી. યૂનિટની ફેસ વેલ્યૂનો ડેરિવેટિવ માત્ર છે. એન.એ.વી.માં ટકાવારી લાભ બરાબર થાય છે. જો પોર્ટફોલિયોની માર્કેટ વેલ્યૂ ૫૦ ટકા વધે છે, તો ૧૦ રૂપિયાની એન.એ.વી. વધીને ૧૫ રૂપિયા થઈ જશે, જ્યારે કે ૪૦ રૂપિયાની એન.એ.વી. ૬૦ રૂપિયા થશે. આથી સંખ્યાને બદલે ટકાવારી લાભ પર ધ્યાન આપવું જોઈએ.

કોઈ ચાલૂ સ્કીમના આધાર પર ખરીદદારોનું વલણ વધે છે. જોકે, બધા મ્યૂચ્યુઅલ ફંડોનાં ઑફર દસ્તાવેજમાંએ વૈધાનિક ચેતવણી આપવામાં આવે છે કે, પૂર્વનું પ્રદર્શન ભવિષ્યમાં રિટર્નની ગેરંટી નથી આપતું. પરંતુ હોંશિયાર રોકાણકાર એ જો છે કે, નાણાંકીય બજારમાં ઇતિહાસને નજરઅંદાજ કરવો આત્મહત્યા બરાબર છે. સેબી દ્વારા પારદર્શિતા પર દબાણ આપવાને કારણે મોટાભાગના મ્યૂચ્યુઅલ ફંડ પોતાના બધા રોકાણકારોને ત્રિ-માસિક રિપોર્ટ મોકલે છે. આ રિપોર્ટોમાં ફંડના પ્રદર્શનથી સંબંધી કેટલીક રસપ્રદ વાતોનો ખુલાસો હોય છે. અંતર-ફંડના પ્રદર્શનની તુલના સંભવ હોય છે અને સૌથી મહત્ત્વ એ છે કે, વર્તમાન પોર્ટફોલિયોના આધાર પર રોકાણકાર સ્કીમના ભવિષ્યનું આકલન કરી શકે છે. એન.એફ.ઓ.નો કોઈ ઇતિહાસ નથી હોતો અને આથી એનાથી સંબંધિત કોઈ આંકડા પણ નથી હોતા. જાહેર છે કે, એનાથી જોખમ જોડાયેલું હોય છે.

વર્તમાન દિશા-નિર્દેશ અનુસાર મ્યૂચ્યુઅલ ફંડ પોતાના છ ટકા સુધી સંગ્રહને ઇશ્યૂ ખર્ચના રૂપમાં દર્શાવી શકે છે. ખૂબ જ સમય પહેલાં મ્યૂચ્યુઅલ ફંડ લૉન્ચિંગના ખર્ચને સ્કીમ અપફ્રંટથી વસૂલતા હતા. એના પરિણામસ્વરૂપ રોકાણકાર દ્વારા લૉન્ચિંગના સમયે કરવામાં આવેલા ૧૦ રૂપિયાના સબસ્ક્રિપ્શન પર એન.એ.વી. ૯.૪૦ રૂપિયા રહેતી હતી. લાંબા સમયગાળાના રોકાણકારો માટે આ નિશ્ચિત ર-પથી સારી વાત ન હતી. આ સમસ્યાનું સમાધાન મ્યૂચ્યુઅલ ફંડોને આ ખર્ચાઓને પાંચ વર્ષ માટે સ્થગિત કરવાની અનુમતિ આપીને કરવામાં આવ્યું.

રોકાણકારોના વધતાં વલણને કારણે એન.એફ.ઓ.ની સંખ્યા સતત વધતી જઈ રહી છે. એના સિવાય મ્યૂચ્યુઅલ ફંડોની માર્કેટિંગ અને પબ્લિસિટી પર

વધારે જોર આપવામાં આવી રહ્યું છે અને ડિસ્ટ્રીબ્યૂટરોને હાઈ બ્રોકરેજ આપવામાં આવી રહ્યું છે.

જે રોકાણકાર પાંચ વર્ષથી પહેલાં સ્કીમથી બહાર નિકળી રહ્યાં છે, એમને અલગ કિંમત ચુકવવી પડી રહી છે, પરંતુ જે વ્યક્તિ સ્કીમમાં પાંચ વર્ષ પછી સામેલ થાય છે, એમને લૉન્ચિંગના કોઈ ખર્ચાનો ભાર નથી ઉઠાવવો પડતો. જી હા, ચતુર રોકાણકાર પોતાનું રોકાણ યોગ્ય રાશિને ફક્ત પાંચ વર્ષ જૂની સ્કીમોમાં જ લગાવે છે. સેબીના નવા નિર્દેશ પછી મોટી સંખ્યામાં રોકાણકાર આ રણનીતિને અપનાવશે.

૧૧

મૉર્ગન સ્ટેનલી

મુક્ત ઇન્ડેક્સની પરિકલ્પના મૉર્ગન સ્ટેનલી કેપિટલ ઇન્ટરનેશનલ (એમ.એસ.સી.આઈ.)એ ઉભરતાં બજારોનાં એમ.એસ.સી.આઈ. ઇન્ડેક્સ, જેને એમ.એસ.સી.આઈ. ઇન્ડેક્સ કહેવામાં આવે છે, એને જે નવું સ્વરૂપ આપ્યું છે, ભારતના શેર બજારના બાજારીઓ તેમજ એફ.આઈ.આઈ.એ એની અવહેલના કરી દીધી છે. આ અવહેલનાનાં મુખ્ય બે કારણ છે - (૧) ઇન્ડેક્સને નવું રૂપ આપવાની ચર્ચા બજારમાં લાંબા સમયથી ચાલી રહી હતી, આથી બજારે પોતાને એના અનુરૂપ ઢાળી લીધું તેમજ ઉપ ઇન્ડેક્સને ડિસ્કાઉન્ટ કરી દીધું. (૨) ઇન્ડેક્સને નવું રૂપ આપવાનું કામ ચરણબદ્ધ રૂપમાં થશે, આથી બજારને હાલના કામકાજ માટે ઇન્ડેક્સથી કોઈ જોખમ નથી. અર્થાત્ એમ.એસ.સી.આઈ.એ અન્ય એક ઉભરી રહેલા બજારોને થોડાં સંભાળવાનો અવસર આપ્યો છે, તો બીજી તરફ કંપનીઓને એ તક આપી છે કે, તેઓ બજારમાં પોતાની સ્ક્રિપની ઉપલબ્ધતા (ફ્રી-ફ્લોટ) વધારવાનો પ્રયાસ કરે, જેથી જ્યારે ઇન્ડેક્સ પૂરી રીતે ફ્રી-ફ્લોટ આધારિત બની જાય, તો બજાર એના ધક્કાને સહન કરવામાં સક્ષમ થઈ જાય. જોવામાં આવે, તો આ ઇન્ડેક્સના સંબંધમાં જે ભય બજારમાં ફેલાયેલો હતો, તે ખોટો ન હતો.

વિદેશી શેર બજારોમાં મુક્ત ઇન્ડેક્સની સ્થિતિ ફુટસી ગ્લોબલ (બ્રિટેનના શેર બજારનો દિશા-નિર્દેશ તેમજ પ્રતિષ્ઠિત શેર ઇન્ડેક્સ) તેમજ ડી.જૉન્સ ઇન્ડસ્ટ્રીયલ ઍવરેજ (ન્યૂયૉર્ક સ્ટૉક એક્સચેન્જનો શેર ઇન્ડેક્સ) સ્ક્રિપોની મુક્ત ઉપલબ્ધિ અથવા ફ્રી ફ્લોટ પર આધારિત બનાવી દેવામાં આવ્યા છે. આથી મૉર્ગન સ્ટેનલી કેપિટલ ઇન્ટરનેશનલ (એમ.એસ.સી.આઈ.) એમના જ નક્શે-કદમ પર ચાલીને પોતાના ઉભરતાં બજારો (વિકાશશીલ દેશો કે શેર બજારો)ના મુક્ત આંતરરાષ્ટ્રીય ઇન્ડેક્સને ફ્રી-ફ્લોટના અનુરૂપ બનાવી રહી છે, કેમ કે ફ્રી-ફ્લોટ (મુક્ત ઉપલબ્ધતા) આધારિત અંશોના ભાવ જ સાચા અર્થોમાં રોકાણના મહત્ત્વનું પ્રદર્શન કરે છે.

અંશોની ઉપલબ્ધતા વધારવી

જે કંપનીના અંશ બજારમાં અધિક ઉપલબ્ધ ન હોય, એના ઊંચા ભાવ કોઈ

વિશેષ મતલબ નથી રાખતા. જો કોઈ કંપનીનું બજાર પૂંજીકરણ ખૂબ જ ભારે હોય, પરંતુ બજારમાં એના ૧૦ ટકાથી ઓછા અંશ ઉપલબ્ધ હોય, તો એમાં રોકાણની પાત્રતા ઘટી જાય છે. એનો અર્થ એ જ છે કે, જે કંપનીની સ્ક્રિપની ઉપલબ્ધતા સારી હોય તેમજ એના અંશોમાં ખરીદી વધશે, તો એમ.એસ.સી.આઈ. ઇન્ડેક્સમાં એ સ્ક્રિપનો ભાર વધી જશે. એ જ પ્રકારે ઉપલબ્ધિ ઘટી રહી હોય, તો એમ.એસ.સી.આઈ.માં એનો ભાર ઘટી જશે.

ભારતીય પરિપ્રેક્ષ્યમાં મૉર્ગન સ્ટેનલી ઇન્ડેક્સ

ભારતીય કંપનીની સ્ક્રિપમાં એમ.એસ.સી.આઈ. ઇન્ડેક્સના ભારનું નિર્ધારિણ અંશોમાં એફ.આઈ.આઈ.ની ઉપલબ્ધતાના આધાર પર થશે. જે સ્ક્રિપમાં એફ.આઈ.આઈ.ની ખરીદીની સીમા બાંધવામાં આવી હશે, એ સ્ક્રિપમાં એફ.આઈ.આઈ. માટે ફ્લોટિંગ સ્ટૉક ઓછો રહેશે તેમજ પરિણામસ્વરૂપ એમ.એસ.પી.આઈ. ઇન્ડેક્સમાં એ સ્ક્રિપનો ભાર ઘટી જશે. ભારતમાં એફ.આઈ.આઈ. પર એ પ્રતિબંધ છે કે, તેઓ રાષ્ટ્રીયકૃત બેંકોની સ્ક્રિપો અધિક નથી ખરીદી શકતા. કેટલીક સ્ક્રિપોમાં એમની ખરીદી સીમા ૨૫ ટકાની બાંધવામાં આવી છે, તો કેટલીક પર ૩૦ ટકાની. સરકારે ૩૦ ટકાની સીમા વધારીને ૪૦ ટકા કરી દીધી અને કતિપય કંપનીઓએ પોતાના અંશ ધારકોની અનુમતિ પ્રાપ્ત કરીને સ્ક્રિપમાં એફ.આઈ.આઈ.ના રોકાણને ૪૦ ટકા કરી દીધું છે. છતાં પણ જોવામાં આવે, તો દેશમાં એફ.આઈ.આઈ. માટે અંશોની ઉપલબ્ધતા ઘટેલી છે, કેમ કે કેટલાય દેશોએ એફ.આઈ.આઈ.ને ૪૯ ટકા સુધી અંશ ખરીદવાની અનુમતિ આપી રાખી છે, આથી એમ.એસ.સી.આઈ. ઇન્ડેક્સનું નવું સ્વરૂપ જ્યારે પણ પૂરી રીતે અમલમાં આવશે, ત્યારે એમાં ભારતીય સ્ક્રિપોનો ભાર ઘટશે જ.

ભાર ઘટવો એફ.આઈ.આઈ. માટે નુકસાનનો સોદો છે. ઉભરી રહેલાં બજારોમાં એમનું રોકાણ એમ.એસ.સી.આઈ.ઇન્ડેક્સ પર જ આધારિત હોય છે તેમજ જે દેશની સ્ક્રિપોમાં આ ઇન્ડેક્સનો ભાર વધશે, એ દેશમાં એમની ખરીદી વધશે. અર્થાત્ જે દેશની સ્ક્રિપોનો ભાર ઘટશે, એમાં એમનું વેચાણ વધશે.

એમ.એસ.સી.આઈ.એ ભારત સરકાર તેમજ કંપનીઓને એ અવસર આપી દીધો છે કે, તે ભારતના શેર બજારમાં એફ.આઈ.આઈ. માટે શેરોની ઉપલબ્ધતા વધારીને ના ફક્ત શેર બજારને યોગ્ય બનાવે, બલ્કે પોર્ટફોલિયો ઇન્વેસ્ટમેન્ટ અંતર્ગત એફ.આઈ.આઈ.ની વિદેશી મુદ્રાની આવકમાં સારી વૃદ્ધિ લાવવાનો પ્રયાસ કરો. એ.ડી.આર./જી.ડી.આર.ના માધ્યમથી અંશોના ફ્રી-ફ્લોટમાં વૃદ્ધિ લાવી શકાય છે, ત્યાં જ સ્ક્રિપ વિશેષમાં એફ.આઈ.આઈ.ની રોકાણ સીમાને વધારીને આ કામ કરી શકાય છે.

૧૨

શેર અને ટેક્સ

રોકાણકાર મૂડીગત લાભ માટે શેરોમાં રોકાણ કરે છે. ઈક્વિટીમાં રોકાણનું વધારાનું જોખમ લેવાના મોટા કારણથી એના મુલ્યમાં અને વિકલ્પોનાં મુકાબલે વધારે વૃદ્ધિ છે. એમનાથી બોનસ, સ્ટાફ વિભાજન એ શેર બાયબેક જેવાં લાભ પણ મળે છે.

બોનસ શેર

બોનસ શેર બીજું કશું નહીં, પણ કંપની દ્વારા શેર ધારકોને મફતમાં આપવામાં આવેલા શેર હોય છે. આ શેર કંપનીના રિઝર્વના કેટલાંક હિસ્સાને બજાર પૂંજીકરણમાં રૂપાંતરણ કરવામાં આવવાથી ઉત્પન્ન થાય છે. બોનસ ઈશ્યૂ જારી થયા પછી કંપનીના શેરોની સંખ્યા વધી જાય છે પરંતુ કંપનીમાં શેર ધારકોની આનુપાતિક ભાગીદારી પહેલાં જેટલી હોય છે. એની સાથે જ બોનસ પછી શેરોની 'બોનસ વગરના ભાવ' બોનસશ્યૂના ગુણોત્તરમાં ઘટી જાય છે. આ પ્રકારે, શેર ધારકોની અંગત સંપત્તિ જૈસેસ્થે રહે છે. જોકે, મોટાભાગના મામલાઓમાં બોનસને કંપની તરફથી મજબૂત સંકેત માનવામાં આવે છે. એના પછી શેરોની મજબૂત માંગ નિકળવાથી એમના ભાવ વધી જાય છે.

જ્યાં સુધી ટેક્સનો સવાલ છે, બોનસ શેર માટે કોઈ કિંમત અદા નથી કરવામાં આવતી આથી, ખર્ચ અને મૂડીગત લાભ શૂન્ય થશે. શરૂઆતમાં જેટલાં રૂપિયાથી ખરીદવામાં આવ્યા હતા, તે જ શેરની મૂળ કિંમત માનવામાં આવશે. એનાથી ફાયદો એટલો થશે કે, બોનસ શેર જારી થવાથી શેરોની મૂળ કિંમત ઘટી જશે અને શેર ધારક મૂળ શેર પર સાંકેતિક નુકસાનના દાવાનો હકદાર થશે.

શેર વિભાજન

શેર વિભાજન ભારતીય શેર બજાર માટે નવું છે. રોકાણકારો માટે એ સમજવું જરૂરી છે કે, કંપનીઓ શેર વિભાજન કેમ નથી કરતી? અને શેર વિભાજન બોનસ

શેરથી કઈ રીતે અલગ થાય છે? શેર વિભાજનમાં કંપનીની શેર પૂંજી પહેલાં જેટલી જ રહે છે, પરંતુ બોનસ શેર જારી કરવામાં આવવા પર કંપનીની શેર પૂંજી વધી જાય છે અને રિઝર્વ ઘટી જાય છે. જોકે, શેર વિભાજન અને બોનસ શેર બંનેમાં જ કંપનીના નેટવર્કમાં કોઈ બદલાવ નથી આવતો.

એને સમજવા માટે એક ઈક્વિટી શેરને 'બે'માં વિભાજિત કરવાનું એક ઉદાહરણ લઈએ. માની લો કે, એક કંપની એક મહીનામાં શેર વિભાજન કરવાની ઘોષણા કરે છે. એનો અર્થ એ થયો કે, ઘોષણા એક મહીના પછી શેરોની ટ્રેડિંગ ઉપસ્થિત કિંમતથી અડધા પર થશે. આ રીતે તમારી પાસે જેટલાં શેર છે, તે બમણાં થઈ જશે અને એના બદલામાં કંપનીના આઉટસ્ટેન્ડિંગ શેરોની સંખ્યા બમણી થઈ જશે.

હવે અહીંયા સવાલ એ ઊઠે છે કે, રોકાણકારની સંપત્તિમાં કોઈ બદલાવ નહીં આવે, તો પછી કંપનીએ શેર વિભાજનની ઘોષણા કેમ કરી? કંપની એવું પોતાના શેરોને વધારે લિક્વિડ બનાવવા માટે કરે છે. એનાથી રોકાણકારો માટે એમને ખરીદવા સરળ થઈ જાય છે. એવું કરવાથી શેર ફક્ત સસ્તા નજરે આવે છે. એનાથી કોઈ ફરક નથી પડતો કે, રોકાણકાર ૩૦૦૦ રૂપિયાનો એક શેર ખરીદે છે અથવા ૧૫૦૦-૧૫૦૦ રૂપિયાના બે.

જ્યાં સુધી કરનો સવાલ છે, શેર વિભાજન પર કોઈ પ્રકારના ટેક્સની દેણદારી નથી બનતી. બોનસ શેરની જેમ જ શેર વિભાજન પણ કરમુક્ત છે. જોકે, શેરોને વેચતા સમયે રોકાણકારને થયેલાં પૂંજીગત લાભ પર ટેક્સ બોનસ શેર પર લાગૂ કરથી અલગ થશે. અહીંયા, શેરોના મૂળ ખર્ચ પણ ઘટી જશે.

શેર બાયબેક (Share Buy-back)

શેર બાયબેક પણ ભારતીય શેર બજાર માટે નવું છે. રિલાયન્સ, સીમેન્સ અને ઈનફોસિસ એવી કેટલીક કંપનીઓ છે, જેમણે શેર બાયબેક કર્યા છે. બાયબેક એક રીત છે, જેનાથી કંપનીઓ પોતાના મૂડીગત માળખાને વધારે લચીલું બનાવી શકે છે. બાયબેકથી કંપનીઓને પોતાના ડેટ ઈક્વિટી ગુણોત્તરને ઊંચો જાળવી રાખવામાં મદદ મળે છે. એના સિવાય એનાથઈ સંભાવિત અધિગ્રહણથી બચાવમાં પણ મદદ મળે છે. સામાન્ય રીતે કંપનીઓ ત્યારે જ બાયબેક કરે છે, જ્યારે એમને લાગે છે કે, એમના શેરોની કિંમત ઓછી છે અથવા પછી એમને લાગે છે કે, એમની પાસે સરપ્લસ રોકડ છે, જેમના રોકાણની તત્કાળ કોઈ જરૂર નથી. કંપનીની પ્રતિ શેર આવકમાં કમીને ઘટાડવા માટે પણ શેર બાયબેક કરવામાં આવે છે. એને આમ પણ કહી શકાય છે કે, બાયબેક યોજના કંપનીની પ્રતિ શેર આવકને વધારી દે છે. એના સિવાય શેર બાયબેકને લાભાંશ ચુકવણી બરાબર માની શકાય છે. એનાથી શેર

બાયબેકને લઈને કર (ટેક્સ)ની દેણકારીનો મોટો મુદ્દો બને છે. અહીંયા સવાલ એ ઊઠે છે કે, બાયબેક માટે અદા કરવામાં આવેલી રકમ લાભાંશ છે અથવા પછી શેરોનાં ટ્રાન્સફર માટે ચુકવણી? જો આ લાભાંશ ચુકવણી છે, તો રોકાણકારના હાથે કર યોગ્ય નહીં હોય. તો પછી અન્ય એક સવાલ ઊઠે છે કે, બાયબેક માટે કરવામાં આવેલી ચુકવણીને કઈ હત સુધી લાભાંશ માનવામાં આવશે? શું પૂરી રકમ લાભાંશ થશે કે પછી આ અંકિત મૂલ્ય પર પ્રીમિયમની ચુકવણી થશે?

અનારકલી વિરુદ્ધ સી.આઈ. (૧૯૭૭) ૯૦ ટેક્સમેન ૫૦૯ (એમ.જી.) મામલામાં કહેવામાં આવ્યું કે, કંપની દ્વારા શેરોનું રિડક્શન શેરધારકો દ્વારા કંપનીને શેરોનાં વેચાણ બરાબર માનવામાં આવશે. નાણાં અધિનિયમ ૧૯૯૯માં આ વાતને દોહરાવીને આ સંબંધમાં દરેક પ્રકારની દુવિધાને સમાપ્ત કરી દેવામાં આવી. કોઈ કંપની પોતાના શેર ધારકોથી પાછાં ખરીદે છે, ત્યારે શેર ધારકોને મળેલી રકમ અને શેરોનાં ખરીદ મૂલ્યની વચ્ચેનું અંતર પૂંજીગત લાભ માનવામાં આવશે કેમ કે, લાભાંશની પરિભાષામાં કંપની દ્વારા પોતાના શેરોની ખરીદ માટે કરવામાં આવેલી ચુકવણી સામેલ નથી.

૧૩

શેર કર (ટેક્સ) જોગવાઈ

જ્યારે તમે શેર બજારમાં શેર ખરીદો કે વેચો છો, તો તમને અથવા તો લાભ થાય છે અથવા નુકસાન. હવે મોટાભાગના રોકાણકાર એ જાણે છે કે, ૧૨ મહીનાથી વધારે સમય સુધી રાખવામાં આવેલા શેરોથી થયેલાં લાભને દીર્ઘાવધિ પૂંજીગત લાભની શ્રેણીમાં રાખવામાં આવે છે અને આ લાભ કરમુક્ત છે. જ્યારે કે ૧૨ મહીનાથી ઓછી અવધિ સુધી રાખવામાં આવેલા શેરોથી થયેલા લાભને અલ્પાવધિ લાભ કહેવામાં આવે છે અને એના પર ૧૦ ટકાના નક્કી દર પર કર લાગૂ થશે.

જો તમે સિક્યૂરિટીમાં ટ્રેડર છો, તો પૂંજીગત લાભ કરની જોગવાઈ તમારા સિક્યૂરિટી ટ્રાંજેક્શન પર લાગૂ થશે. એના બદલે તમારા સિક્યૂરિટીઝ ટ્રાંજેક્શન પર લાભ કે નુકસાનને બિઝનેસ પ્રૉફિટની શ્રેણીમાં રાખવામાં આવશે અને નિર્ધારિત દર પર કર નિરોપિત થશે. શેર બજારમાં લાંબા સમયથી ચાલી આવી રહેલી તેજડિયા તેજીના ચાલતાં સામાન્ય રીતે રોકાણકારોની મૂડી બજારમાં લેણ-દેણ વધી ગઈ છે. તમારો અધિકારી એવા સોદાને મૂડીગત લાભના રૂપમાં નહીં, બલ્કે બિઝનેસ આવકના રૂપમાં કરાધાન કરવા ઇચ્છે છે. અત્યારે તો કોઈ વ્યક્તિ ટ્રેડર છે અથવા રોકાણકાર આ નિર્ણય કરવામાં સમસ્યા થાય છે. બીજા શબ્દોમાં કર કાનૂનમાં આ સંબંધમાં કોઈ ખાસ જોગવાઈ નથી. આ મુદ્દા પર રોકાણકાર, ટેક્સ પ્રોફેશનલ અને ન્યાયપાલિકાની વચ્ચે ટકરાવનું વાતાવરણ છે. આ સ્થિતિ ત્યાં સુધી જળવાઈ રહેશે, જ્યાં સુધી આયકર વિભાગ જરૂરિ દિશા-નિર્દેશ નથી જારી કરી દેતું. આવો, જોઈએ કે, એની પાછળ શું તથ્ય છે :

નિર્ણયને પ્રભાવિત કરવાવાળાં કારક : પૂંજી બજારમાં થયેલાં સોદા પર કર જવાબદારીનું નિર્ધારણ સિક્યૂરિટીના વર્ગીકરણના આધાર પર થાય છે. જો ઉક્ત સિક્યૂરિટીને રોકાણની શ્રેણીમાં રાખવામાં આવે છે, તો કોઈ પણ પ્રકારના લાભને મૂડીગત લાભ કહેવામાં આવે છે અને એના પર આયકર અધિનિયમ અંતર્ગત કર નિર્ધારણ થાય છે. જોકે, જો ઉક્ત સિક્યૂરિટીને શેરની શ્રેણીમાં રાખવામાં આવે છે, તો કોઈ પણ પ્રકારના લાભને બિઝનેસ આવકના રૂપમાં રાખવામાં આવે છે અને એ

નિર્ધારિતી પર લાગૂ દર અનુસાર કર (ટેક્સ) લાગે છે.

આયકર વિભાગે રોકાણના વર્ગીકરણના સંબંધમાં હજુ સુધી કોઈ નિયમ કે માનદંડ નિર્ધારિત નથી કર્યા. આવા વર્ગીકરણ માટે સૌથી મહત્ત્વની વાત એ છે કે, ખરીદના સમયે નિર્ધારકનો ઉદ્દેશ્ય શું હતો. જો નિર્ધારકે રોકાણના ઉદ્દેશ્યથી સિક્યૂરિટીને ખરીદી હતી,તો આ રોકાણ ટ્રેડ કે બિઝનેસની શ્રેણીમાં નહીં, બલ્કે ટ્રાંજેક્શનની શ્રેણીમાં આવશે.

સફળતાનો મંત્ર

નેબ્રાસ્કાના ઓમાહામાં ૩૦ ઓગસ્ટ, ૧૯૩૦એ વૉરેન બફેટનો જન્મ થયો. નેબ્રાસ્કાની વિશ્વવિદ્યાલયમાં અભ્યાસ કરતાં સમયે બફેટે બેંજામિન ગ્રાહમની પુસ્તક 'ધી ઈન્ટેલિજેંટ ઈન્વેસ્ટર' વાંચી. આ પુસ્તકથી બફેટને પ્રેરણા મળી અને ડિગ્રીનો અભ્યાસ પૂરો કર્યા પછી તેઓ ન્યૂયૉર્કના કોલંબિયા ગ્રેજ્યુએટ બિઝનેસ સ્કૂલમાં ગ્રાહમની સાથે ભણવા માટે ચાલ્યા ગયા. ત્યાં બફેટે રોકાણની મહત્ત્વતાને સારી રીતે સમજી. અભ્યાસ પૂરો કર્યા પછી તેઓ પાછા આવી ગયા અને ફરી ગ્રાહમના નિમંત્રણ પર વર્ષ ૧૯૫૪માં ગ્રાહમ-ન્યૂમેન કંપનીમાં કામ કરવા લાગ્યા. વર્ષ ૧૯૫૬માં તે કંપની બંધ થઈ ગઈ અને બફેટ ઓમાહા પાછા આવી ગયા.

ગ્રાહમથી શીખેલાં રોકાણ મંત્રના આધાર પર બફેટે ફક્ત પચ્ચીસ વર્ષની ઉંમરમાં પોતાની રોકાણ કંપનીની સ્થાપના કરી. પરિવાર અને મિત્રોએ એમનો ભરપૂર સહયોગ કર્યો. વર્ષ ૧૯૬૧માં બફેટે ડેમ્પસ્ટર મિલ મેન્યૂફેક્ચરિંગ કંપની ખરીદી લીધી અને વર્ષ ૧૯૬૨માં કપડાં બનાવવાવાળી કંપની બર્કશાયર હેથવેના શેર ખરીદવાના શરૂ કરી દીધા. એ સમયે કંપનીની હાલત ઠીક ન હતી. કંપનીને પાટા પર લાવવા માટે બફેટને ઘણો સંઘર્ષ કરવો પડ્યો. ૧૯૭૦માં બર્કશાયર હેથવેમાં રોકાણ કરવાવાળા રોકાણકાર કંપની પ્રતિ આસ્થા ગુમાવવા લાગ્યા. બફેટે પોતાની ધીરજ જાળવી રાખી.

બફેટનું માનવું હતું કે, આ વિસ્તારમાં સૌથી વધારે કર્મચારી કપડાં મિલોમાં કામ કરતાં હતા. કાર્ય કરવાવાળા પ્રવીણ અને ઉંમરલાયક લોકો હતા, જેમને બદલી શકાતા ન હતા. પ્રબંધનથી ઊંચું વ્યાજ મળી રહ્યું હતું અને કર્મચારીઓનું યૂનિયન વિશ્વસનીય હતું. આ તમામ કારણોનાં આધાર પર બફેટને વિશ્વાસ હતો કે, કપડાંના વ્યવસાયથી નફો પ્રાપ્ત કરી શકાય છે. વર્ષ ૧૯૮૦ સુધી બફેટ જમીની હકીકતને સમજવા લાગ્યા. વસ્ત્ર ફક્ત પદાર્થ છે અને પદાર્થ પોતાના પ્રતિસ્પર્ધીથી અધિક ભિન્ન નથી હોઈ શકતા. પ્રતિસ્પર્ધી વસ્ત્ર ઉદ્યોગમાં જળવાઈ રહેવા માટે પૂંજી સુધારના ક્ષેત્રમાં રોકાણ કરવું જરૂરી છે. વિદેશી પ્રતિસ્પર્ધી કંપનીઓ સસ્તા શ્રમનો ઉપયોગ કરે છે, જેનાથી નફો પ્રભાવિત થાય છે.

આ તથ્યોનાં આધાર પર બફેટે વસ્ત્ર ઉદ્યોગમાં રોકાણ બંધ કરી દીધું. તેમ છતાં વર્ષ ૧૯૬૨ થી ૧૯૮૦ દરમિયાન બર્ઈશાયર હેથવે અંતર્ગત બફેટે કેટલીય કંપનીઓ ખરીદી, જેમનામાં વીમા, બ્લૂચિપ સ્ટેમ્પ્સ, સીજ કેન્ડી શપ્સ, બફેલો ન્યૂઝ વગેરે સામેલ હતી.

વસ્ત્ર ઉદ્યોગથી સંબંધ તોડી લીધા છતાં એમણે કેટલીય કંપનીઓ ખરીદી. બફેટના અનુભવોનાં આધાર પર પુસ્ક લખવાવાળા રૉબર્ટ જી. હેગ્સટોર્મે બફેટની સફળતાના ચાર સૂત્રોનો ઉલ્લેખ કર્યો છે.

૧. વેપારિક સૂત્ર

શું વેપાર સરળ અને સમજમાં આવવા લાયક છે?
શું વેપારના નિરંતર ચાલતા રહેવાનો ઇતિહાસ છે?
શું વેપારમાં દીર્ઘકાલીન નફાની શક્યતા છે?

૨. પ્રબંધન સૂત્ર

શું પ્રબંધન તર્કસંગત છે?
શું શેરધારકોને પ્રબંધન પર વિશ્વાસ છે?
શું સાંસ્થાનિક નબળાઈઓથી નિપટવામાં પ્રબંધન સક્ષમ છે?

૩. નાણાંકીય સૂત્ર

ઈક્વીટી પર રિટર્ન મહત્ત્વનું છે, પ્રતિ શેર લાભ મહત્ત્વનો નથી.
સાચી તસ્વીર જોવા માટે ધારકની કમાણીની ગણના કરો.
વધારે નફો અર્જિત કરવાવાળી કંપનીઓને પ્રાથમિકતા આપો.
પ્રત્યેક ડૉલર લાભ આપતા સમયે સુનિશ્ચિત કરો કે, કંપનીએ બજાર મૂલ્ય અનુસાર ઓછાથી ઓછો એક ડૉલર સૃજિત કર્યો હોય.

૪. બજાર સૂત્ર

વ્યવસાયનું મૂલ્ય શું છે?
શું મૂલ્યની તુલનામાં અધિક કિફાયતી દર પર વ્યવસાયને ખરીદી શકાય છે?

૧૪

શેરના બદલે ઋણ (લોન)

જો તમે રોકાણની બાબતમાં પણ આ તર્કનો ઉપયોગ કરશો, તો એક કુશળ રોકાણકાર એને માનવામાં આવશે, જે ઋણ લઈને શેરમાં રોકાણ કરીને વ્યાજની તુલનામાં અધિકતમ નફો પ્રાપ્ત કરી લે.

સંક્ષેપમાં એને રોકાણ માટે પોતાના શેરોને બંધક રાખવાનું કહી શકાય છે. આ જોખમપૂર્ણ છે, પરંતુ શેરના કારોબારથી જોડાયેલાં દરેક પાસામાં જોખમ હોય છે. તર્ક એ પ્રકારે આપવામાં આવે છે - જો તમારી પાસે રિલાયન્સના ૧૦૦૦ શેર છે, તો વર્તમાન બજાર મૂલ્યના હિસાબથી તમારી પાસે ૩૬૦,૦૦૦ રૂપિયાની પૂંજી છે. જો તમે આ શેરોને બદલે કોઈ બેંકથી લોન માંગો છો, તો ૧૦-૧૨ ટકા વ્યાજ દરથી તમને ૨૧૦,૦૦૦ રૂપિયા મળી શકે છે. જો તમને લાગે છે કે, આ રકમને કોઈ શેરમાં રોકાણ કરીને પૂંજી પર મળવાવાળા લાભ અને લોનને બદલે આપવામાં આવી રહેલા વ્યાજની તુલનામાં વધારે નફો કમાઈ શકો છો, તો પછી આ પ્રકારનું પગલું ઉઠાવવું ખોટું નહીં કહેવાય.

લોન લઈને રોકાણ કરીને સફળતા પ્રાપ્ત કરવાના બે સૂત્ર છે - જ્યારે બજાર ચઢાવ પર હોય, ત્યારે લોન લેવી અને યોગ્ય શેરમાં રોકાણ કરવું.

શેર બજારના કેટલાય વિશેષજ્ઞ ઋણ લઈને શેર બજારમાં રોકાણ કરવાના પગલાંને ખોટાં માને છે, એમનું માનવું છે કે, જો રોકાણકારનું અનુમાન ખોટું સાબિત થયું, તો એને બમણાં નુકસાનનો સામનો કરવો પડે છે. ઋણ લઈને શેરમાં રોકાણ કરતાં સમયે નફાની સંભાવના અનિશ્ચિત રહે છે, જ્યારે કે રોકાણકારની ઉપર ઋણનું દબાણ નિશ્ચિત રીતે જળવાયેલું રહે છે.

શેર સલાહકારોનું માનવું છે કે, ઋણ લઈને શેરોમાં રોકાણ કરવાને બદલે રોકાણકારોને વિકલ્પ તરીકે ડેરિવેટિવ્સ માર્કેટમાં રોકાણ કરવું જોઈએ. આ પ્રકારે જોખમ ઉઠાવ્યા વગર રોકાણકાર ઉત્તમ પરિણામની આશા કરી શકે છે. જે રોકાણકાર

જોખમ ઉઠાવવા માટે તૈયાર છે અને જે ઋણ લઈને રોકાણ કરીને વધારે નફો કમાવા ઈચ્છે છે, એમના માટે અહીંયા કેટલીક ટિપ્સ આપવામાં આવી રહી છે, જે નિર્ણય લેવામાં મદદરૂપ સાબિત થઈ શકશે.

ઋણ કેવી રીતે મેળવશો

કેટલીય બેંક શેર, મ્યૂચ્યુઅલ ફંડ અને આર.બી.આઈ. રિલીફ બૉન્ડના બદલે ઋણ આપે છે. બેંક એક શેરથી લઈને શેરોનો પોર્ટફોલિયો સુધી સ્વીકાર કરે છે. એક શેરના બદલે ઋણ આપતા સમયે બેંક પોતાની શરતો પર નિર્ણય લે છે. બેંક નિફ્ટી ઈન્ડેક્સમાં સામેલ શેરોના બદલે સરળતાથી ઋણ આપે છે.

નિફ્ટીથી બહારના શેરના બદલે ઋણ આપતા સમયે બેંક સાવધાની વર્તે છે. શેરની લિક્વિડિટી, ઈમ્પેક્ટ કૉસ્ટ અને સંબંધિત કંપનીના કારોબારની વિશ્વસનીયતાના આધાર પર બેંક નક્કી કરે છે કે, ઋણ કયા પ્રકારે આપી શકાય છે.

આ મામલામાં પ્રત્યેક બેંકની પોતાની અલગ-અલગ નીતિ છે. આઈ.ડી.બી.આઈ. ઓછાથી ઓછી બે સિક્યૂરિટીઝની માંગ કરી શકે છે, ત્યાં જ એચ.એસ.બી.સી. અને આઈ.સી.આઈ.સી.આઈ. બેંક ઓછાથી ઓછી ચાર સિક્યોરિટીઝની માંગ કરે છે.

મ્યૂચ્યુઅલ ફંડની યૂનિટોના બદલે પણ બેંક ઋણ આપવા લાગે છે, પણ એના માટે નિયમ ખૂબ જ કડક છે. શેરના કુલ મૂલ્યના ૬૦ ટકા સુધી બેંક ઋણના રૂપે આપે છે. મ્યૂચ્યુઅલ ફંડના મામલામાં કુલ મૂલ્યના ૫૦ ટકા સુધી ઋણના રૂપમાં આપે છે.

બેંકોએ બીજી પ્રોડક્ટોની જેમ શેરની બાબતમાં પણ ઋણની નિમ્નતમ અને અધિકતમ રાશિ નિર્ધારિત કરી રાખી છે. આઈ.ડી.બી.આઈ. બેંક ન્યૂનતમ ૫૦,૦૦૦ રૂપિયાથી લઈને અધિકતમ ૨૦ લાખ રૂપિયા સુધી ઋણ આપે છે.

જ્યારે કેટલાય શેર હોલ્ડર સમૂહમાં શેરોનાં બદલે ઋણ લેવા ઈચ્છે છે, એવી સ્થિતિમાં બેંક ઋણની અધિકતમ સીમા વધારી શકે છે.

અન્ય ઋણોની તુલનામાં શેરના બદલે ઋણ કેવી રીતે ભિન્ન છે? : સૌથી મોટી ભિન્નતા એ છે કે, બંધક રાખવામાં આવેલાં શેરોનાં ભાવમાં ઉતાર-ચઢાવ આવતો રહે છે. પ્રતિદિવસ વેલ્યૂમાં અંતર આવવાથી તમારા ઋણની સીમામાં પણ બદલાવ આવતો રહે છે. બીજી ભિન્નતા એ છે કે, બેંકમાં બંધક રાખેલા શેરના મૂલ્યની તુલનામાં તમારી કાર્યક્ષમતા ઓછી અર્થ રાખે છે.

જ્યારે બેંક તમને શેરના બદલે ઋણ આપે છે અને બેંકમાં જમા શેરોનો ભાવ કથળી જાય છે, તો ત્યાં સુધી કોઈ ફરક નહીં પડે, જ્યાં સુધી તમે નિયમિત રૂપથી વ્યાજ ચુકવતા રહેશો.

૧૫

યોગ્ય સમય પર યોગ્ય રોકાણ

અત્યાર સુધી આપણી ચર્ચાનો વિષય એ રહ્યો છે કે, આપણે મોજથી શેર ખરીદીએ અને કંપનીની યોગ્ય પસંદગીનો આપણો માપદંડ શું હોય. પણ એક ઉત્તમ લાભદાયક રોકાણ માટે અન્ય એક મહત્ત્વપૂર્ણ પાસું પણ છે, યોગ્ય મૂલ્ય અને યોગ્ય સમય. આમ પણ કહેવામાં આવે છે કે, ''ખૂન કી બૂંદ કુખૂન કા ઘડા'' એટલે કે યોગ્ય સમય પર જ્યાં એક બૂંદ કામ કરી જાય છે, ત્યાં ખોટાં સમય પર ઘડો પણ ભરી દેવામાં આવે, તો કોઈ લાભ નથી. આથી આવો, આપણે એ જોઈએ કે, એક સારા રોકાણકાર માટે શેર ખરીદવા અને વેચવાનો યોગ્ય સમય કયો છે?

પી./ઈ. (P/E) ગુણોત્તરથી શેરોના મૂલ્યનું આકલન કરો - જ્યારે શેરોની કિંમત પોતાના સ્વાભાવિક સ્તરથી ઓછી ચાલી રહી હોય, તો એમને ખરીદવાનો એ સૌથી સારો અવસર હોય છે. એ તપાસવા માટે કે, શેરોમાં કિંમત પોતાના સ્વાભાવિક સ્તરથી નીચે છે કે ઉપર તમે એક અત્યંત જ સરળ નિયમનો પ્રયોગ કરી શકો છો. જે કંપનીઓનો પી./ઈ. ૨૫થી ઉપર હોય, એમનામાં પૈસા ત્યારે જ લગાવો, જ્યારે એમના ભવિષ્યાના આસાર ખૂબ જ સારા હોય. જો તમે સુરક્ષિત રોકાણ ઇચ્છો છો, તો એ મોટી કંપનીઓમાં પૈસા લગાવો, જેમનો પી./ઈ. ૧૫-૨૦ અથવા એનાથી ઓછો હોય. જે સમયે આ ૧૫ પર હોય, સમજી લો કે ખરીદવાનો સમય સારો છે અને જ્યારે આ ૨૦ અથવા ઉપર હોય, તો સમજી લો કે તમારે શેર વેચી દેવા જોઈએ.

નિમ્ન સારણીથી તમને સામાન્ય રીતે એ જાણ ચાલી જશે કે પી./ઈ. સ્તર કેવી રીતે જ્ઞાત કરાય :

XYZ કંપની

	૩૧ ડિસેમ્બર ૧૯૯૯	૩૧ ડિસે. ૨૦૦૦	૩૧ ડિસે. ૨૦૦૧
પ્રતિ શેર આવક	૩.૦	૩.૫	૪.૫

(રૂપિયા પ્રતિ શેર)			
શેરનો ભાવ : અધિકતમ	૪૦	૫૦	૭૦
(રૂપિયા પ્રતિ શેર) ન્યૂનતમ	૨૦	૨૪	૩૦
સરેરાશ કિંમત	૩૧	૩૧	૫૦
પી./ઈ. = સરેરાશ કિંમત	૧૦.૪	૧૦.૬	૧૧.૦
પ્રતિશેર આવક			

સરેરાશ પી./ઈ. = ૧૦.૪ + ૧૦.૬ + ૧૧.૦
= ૧૦.૭

નોંધ : તમે આ કાચી ગણનાની મદદથી પોતાના રોકાણ-સંબંધિત નિર્ણય લઈ શકે છે. પણ એને દરેક જગ્યા તેમજ દરેક સ્થિતિમાં લાગૂ ના કરો.

કોઈ કંપનીનો પી.ઈ. એને પાંચ વર્ષોની સરેરાશથી ખૂબ ઓછો બદલે છે. તેથી કંપનીના પાછલા ૩ થી ૫ વર્ષો દરમિયાન સરેરાશ પી.ઈ.નો હિસાબ લગાવીને તમે જાણી શકો છો કે, સામાન્ય સ્થિતિમાં એના રોલરનું ફળ શું થશે.

બુક વેલ્યૂનો પ્રયોગ : આમ તો બુક વેલ્યૂનું મહત્ત્વ ખૂબ વધારે નથી હોતું પરંતુ એને પૂર્ણ રીતે નકારી પણ નથી શકાતું. નવા શેરોની તપાસ તમે બુક-વેલ્યૂથી કરી શકો છો કે, એનો ભાવ પોતાના સામાન્ય સ્તરથી ઓછો ચાલી રહ્યો છે અથવા વધારે. પણ કંપની જેમ-જેમ જૂની થતી જાય છે, એના શેરની બુક વેલ્યૂ અને ચાલૂ ભાવનું અંતર વધતું ચાલ્યું જાય છે. આ શેરોના ભાવ આંકડાઓ માટે બુક-વેલ્યૂનું વધારે મહત્ત્વ નથી હોતું પણ જો શેરના ભાવ બુક-વેલ્યૂથી ત્રણ ગણી-ચાર ગણી ચાલી રહ્યાં છે, તો નિશ્ચિત જ આ સામાન્યથી ક્યાંય વધારે છે, પણ જો શેરના ભાવ બુક-વેલ્યૂથી લગભગ બરાબર હોય, તો શેરના ભાવ સામાન્યથી ઓછાં જ ચાલી રહ્યાં હશે.

વિગત વર્ષના ભાવથી તુલના : એક વર્ષ પહેલાં શેરનું માન જે અધિકતમ અને ન્યૂનતમ ભાવ પર રહ્યું, એના આધારથી પણ તમે શેરનો ચાલૂ ભાવ આંકી શકો છો. જો શેરનો ભાવ પાછલા અધિકતમ ભાવથી વધારે ચાલી રહ્યો છે, તો સંભાવના છે કે, ભાવ સામાન્યથી અધિક ચાલી રહ્યો છે પણ જો, તમે પાછલા વર્ષના ભાવ કે પાછલા વર્ષના સરેરાશ ભાવ પર પણ કોઈ શેર ખરીદી શકો છો, તો તમે નિશ્ચિંત થઈ શકો છો કે, તમે યોગ્ય ભાવ પર શેર ખરીદી રહ્યાં છો. જો ચાલૂ ભાવ છેલ્લાં વર્ષથી ક્યાંય વધારે ચાલી રહ્યા છે, તો એને શેરને વેચવાનો સંકેત સમજી શકાય છે.

નોંધ : એ ધ્યાન રાખવું જોઈએ કે, જો દેશના આર્થિક વાતાવરણમાં તેજી છે, તો એ સમયના અધિકતમ અને ન્યૂનતમ ભાવ પાછલાં વર્ષની તુલનામાં અધિક જ હોય છે.

તેજી અને મંદીનો લાભ લેવાથી ના ચૂકો : 'સમય એક જેવો નથી રહેતો'. મૂડી બજાર પણ આ વાક્યથી પરે નથી હોતું. તેજી અને મંદી ક્યારેય લાંબા સમય સુધી નથી ટકતા. તેજી દરમિયાન શેર બજારમાં ઉછાળો આવે છે અને મોટાભાગે શેરોની કિંમત વધવા લાગે છે. હંમેશાં એમના સામાન્ય સ્તરથી ક્યાંય ઊંચા. એવા સમયમાં શેર ખરીદવા ઠીક નથી હોતા, આ સમય શેર વેચવાનો હોય છે.

બીજી તરફ મંદીનો સમય હોય છે સસ્તા ભાવ પર સારા શેર ઉઠાવવાનો. આર્થિક મંદી દરમિયાન શેર બજારોમાં પણ ગિરાવટ આવે છે અને શેરોનાં ભાવ કડડભૂસ થઈ જાય છે. એવામાં તમે સસ્તા શેર ખરીદી શકો છો અને આર્થિક સ્થિતિ સુધરવા પર જ્યારે ભાવ ફરીથી ચઢે, તો તમે સારો નફો કમાઈ શકો છો. તેથી મંદી દરમિયાન રોકાણની તક હાથથી ના જવા દો.

આમ તો, આ બધું ખૂબ સરળ નજરે આવે છે પરંતુ કેટલીય વાર રોકાણકાર એનાથી ઠીક વિપરીત કરી બેસે છે. તેજી દરમિયાન બધું જ સારું નજરે પડે છે. રોકાણકારોને લાગે છે કે, આ જ સમય હંમેશાં એક સમાન જળવાઈ રહેશે. પરિણામે તેઓ હજુ વધારે નફાની આશામાં શેર ખરીદી લે છે.

એ જ પ્રકારે મંદીમાં નિરાશાનો સમય ચાલે છે. રોકાણકારને લાગે છે કે, ભાવ હજુ વધારે નીચે પડશે અને તેઓ શેર ખરીદવાનો નિર્ણય ટાળતા રહે છે.

શેર બજારમાં આવા ભાવુકતાપૂર્ણ નિર્ણય ના લો. શેર ખરીદવા કે વેચવાનો નિર્ણય હંમેશાં સારી રીતે સમજી-વિચારીને જ લો. શેરોને વેચતા સમયે ખરીદવાથી પણ વધારે સાવધાની રાખવી જોઈએ. શેર વેચવાના ચાર સરળ નિયમ ધ્યાનમાં રાખો :

૧. **અધિકતમ ભાવની પ્રતીક્ષા ના કરો :** દરેક રોકાણકારનો પ્રયત્ન એ જ રહે છે કે, શેરોનાં ભાવ પોતાના અધિકતમ દર સુધી પહોંચવા પર જ તે એમે વેચે પરંતુ સમસ્યા એ છે કે, ખબર કેવી રીતે પડે કે ક્યારે શેર પોતાના અધિકતમ સ્તરર સુધી પહોંચી ગયો છે. હંમેશાં એ જોવામાં આવ્યું છે કે, અધિકતમ સ્તર પર ચઢ્યાં પછી શેરોનાં ભાવ અચાનક જ કથળી જાય છે. આથી વધારે નફો કમાવાનો અવસર મળે, તો શેર વેચી દો.

૨. **જો ભૂલ સમજમાં આવી જાય, તો શેર વેચી દો :** કોઈ પણ શેર ખરીદવાથી પહેલાં તમે બજારનું વિશ્લેષણ જરૂર કરશો પણ જરૂરી તો નથી કે, દરેક વખતે તમારું વિશ્લેષણ સાચું હોય. જો તમને ખબર પડે કે તમે ખોટી કંપનીમાં પૈસા લગાવ્યા છે, તો ભલે થોડું નુકસાન ઉઠાવવું કેમ ના પડે, એ શેરોને તુરંત વેચી દો. શેર બજારમાં રૂપિયાઓ પર પૈસા નથી બતાવવામાં આવતા. પોતાની ભૂલને સમજો અને સુધારો. યાદ રાખો કે આ જ ભૂલ સેંકડો અન્ય લોકોએ પણ કરી હશે. શેર બજારના સૌથી

જાણકાર ખેલાડી પણ કેટલીય ભૂલો કરે છે, આથી પોતાની ભૂલોથી નિરાશ ન થાઓ, પાઠ શીખો.

૩. **જો શેર ખરીદવા નથી, તો એને વેચી દો :** હંમેશાં દરેક રોકાણકારની સાથે એ પ્રશ્ન ઊઠે છે કે, કયો શેર ખરીદે અને કયો વેચે? એક સમજદાર અને જાણકાર રોકાણકાર હંમેશાં શેર વેચતો રહે છે; ફક્ત નફો કમાવા માટે નહીં, બલ્કે આથી પણ કે સમય-સમય પર સારું પ્રદર્શન કરવાવાળી કંપનીઓનાં શેર ખરીદી શકે. આ નિર્ણય લેવા માટે તમારા માટે એક સીધો મંત્ર છે - કોઈ પણ એવો શેર પોતાની પાસે ના રાખો, જેને તમે એ સમયે ખરીદવા યોગ્ય નથી સમજતા, તો એને વેચી દો. જો કોઈ શેરનો ભાવ એને ખરીદવા માટે તમને વધારે લાગે છે, તો એ ભાવ પર શેરને પોતાની પાસે રાખી લેવાનું કોઈ ઔચિત્ય નથી.

૪. **નિર્ધારિત લક્ષ્ય મળે, તો વેચી દો :** જો તમે શેર ખરીદતા સમયે કોઈ લક્ષ્ય નિર્ધારિત કર્યું છે અને તે પ્રાપ્ત થઈ રહ્યું છે, તો પછી એને વેચી દો. જેમ કે માન્યું કે, તમે પોતાના શેર એ આશાથી ખરીદ્યાં છે કે, બે વર્ષમાં એમાં લગાવેલા પૈસા બમણા થઈ જશે, તો તમારા માટે ઉચિત થશે કે, જેવો જ શેરનો ભાવ બમણો થઈ જાય, એને વેચી દો. જો તમારો શેર બે વર્ષથી પહેલાં જ બમણો થઈ ગયો, તો એને વધારે સમય માટે પોતાની પાસે કેમ રાખો, તમારો ઉદ્દેશ્ય તો પૂરો થઈ ગયો. કદાચ શેર વેચ્યા પછી જો એનો ભાવ વધે, તો તમે લાગે કે તમે થોડો નફો ગુમાવી દીધો, પણ એટલી જ સંભાવના ભાવ નીચે જવાની પણ છે, વધારે લાલચમાં જે મળ્યું છે, એને ના ગુમાવી દો.

રોકાણકાર હંમેશાં દુવિધામાં રહે છે કે, તે સીધા શેરોમાં રોકાણ કરે અથવા પછી મ્યૂચ્યુઅલ ફંડનો રસ્તો અપનાવે. આ દુવિધાથી નિકળવાનો બિલ્કુલ સરળ રસ્તો છે, પરંતુ નવા રોકાણકારો માટે આ બંને વિશે જાણવું જરૂરી છે. જો રોકાણના બંને વિકલ્પોની મદવાર તુલના કરશો, તો જોશો કે ઓછાથી ઓછા ખર્ચના મામલામાં તો બંને ઓછાં-વધતાં સમાન છે :

૧. મ્યૂચ્યુઅલ ફંડના ખરીદ-વેચાણ પર કોઈ બ્રોકરેજ આપવાનો નથી હોતો. એને એન્ટ્રી/એક્ઝિટ લોડ અને એ.એમ.સી.થી સમાયોજિત કરવામાં આવે છે.

૨. મ્યૂચ્યુઅલ ફંડની ખરીદી પર કોઈ એસ.ટી.ટી. લાગૂ નથી થતો. પરંતુ વેચાણ પર આ ડબલ થઈ જાય છે.

3. મ્યૂચ્યુઅલ ફંડ ૧૪.૦૨૫ ટકાના લાભાંશ વિતરણ કરથી મુક્ત હોય છે, પરંતુ એના લોભમાં ના પડી જાઓ. પોર્ટફોલિયોમાં સામેલ શેરો પર મળેલો લાભાંશ મ્યૂચ્યુઅલ ફંડના હાથોમાં વિતરણ કર યોગ્ય હોય છે. મ્યૂચ્યુઅલ ફંડથી મળેલાં લાભાંશ પર વિતરણ કર બમણો કરાધાન થશે. આ પ્રકારે, બંને વિકલ્પોથી મળવાવાળા ફાયદાઓનાં હિસાબ-કિતાબ બરાબર થઈ જાય છે.

હવે રોકાણકાર શું કરે : એનો જવાબ ખૂબ જ સાધારણ છે. આ ના ખર્ચ, ના કર વ્યવસ્થા બલ્કે સામાન્ય રોકાણકારોથી જોડાયેલો છે. બજારમાં પાંચ હજારથી વધારે શેર છે, જેમનામાંથી લગભગ અડધામાં જ સક્રિય કારોબાર થાય છે. આ ૨૫૦૦ શેરોમાં કોઈ એક વિશે તમને વિસ્તૃત જાણકારી છે, તો તમે એમાં સીધા રોકાણ કરી શકો છો.

ઉદાહરણ - તમારા દોસ્ત ફાર્મા કંપનીમાં કામ કરે છે. એમની પાસે ઉદ્યોગમાં કેટલાય વર્ષોનો અનુભવ છે અને એમને દરેક કંપનીની ઊંચ-નીચની સારી સમજ છે. એમના પોર્ટફોલિયોનું પ્રદર્શન બીજા ફાર્મા ફંડથી ઉત્તમ છે.જોકે, બીજા ઉદ્યોગોમાં રોકાણ માટે તે મ્યૂચ્યુઅલ ફંડનો રસ્તો પસંદ કરે છે.

એ જ રીતે ઑટો, સીમેન્ટ, એન્જીનિયરિંગ ત્યાં સુધી કે, આઈ.ટી. રોકાણમાં પણ તમે પોતાની આંતરિક જાણકારીનો ઉપયોગ કરી શકો છો. આંતરિક જાણકારીનો મતલબ ઇનસાઇડ ઇન્ફર્મેશનથી નહીં બલ્કે ઉદ્યોગ વિશે તમારી વિશેષ જાણકારીથી છે.

જો આત્મવિશ્વાસ ઓછો હોય, તો ફંડ મેનેજરની સહાયતા લો કેમ કે આ પોતાના ક્ષેત્રના વિશેષજ્ઞ હોય છે. ફંડ મેનેજરનું કામ બીજા કારોબારને સમજવાનું છે અને તમારે એમની વિશેષજ્ઞતાનો ફાયદો ઉઠાવવો જોઈએ.

જ્યારે વાત શેર બજારની હોય, તો પોતાના સિવાય કોઈ અન્ય પર વિશ્વાસ ન કરો. ક્યારેય પણ ટિપ્સ કે અનુમાન પર રોકાણ ના કરો. પોતાનો ઈલાજ ખુદ કરો.

લાભદાયક રોકાણ (Benificial Investment)

આવો, હવે આપણે સંક્ષેપમાં લાભદાયક રોકાણની પ્રક્રિયાને સમજીએ, જેની મદદથી તમે શેર બજારમાં આત્મવિશ્વાસની સાથે પગ રાખી શકો છો.

(૧) પસંદગીના પહેલાં નિયમ

૧. ફક્ત સક્રિય શેર ખરીદો.

૨. ફક્ત સૂચીકૃત શેર ખરીદો.

૩. ખૂબ ઓછાં શેર હોલ્ડરોવાળી કંપનીમાં રોકાણ ના કરો.

કંપનીની તપાસ

૧. કંપનીનું પ્રબંધન સમજી લો અને આશ્વસ્ત થઈ જાઓ કે, કંપની ચલાવવાવાળા લોકો વિકાસશીલ અને ભવિષ્ય પ્રતિ સચેત છે.

૨. એ જ કંપનીઓમાં પૈસા લગાવો, જે ભવિષ્ય માટે વિકાસ અને વૃદ્ધિની દૃઢ યોજનાઓથી સજ્જ હોય.

૩. કંપનીનું વાતાવરણ એના વિકાસ માટે પ્રતિકૂળ તથા અવરોધક તો નથી.

૪. કંપનીનાં કર્મચારીઓ અને અધિકારીઓથી સંબંધ કેવાં છે.

કોઈ કંપનીની નાણાંકીય સ્થિતિ તપાસવાના માપદંડ

લાભ પુનર્નિવેશ (પ્લાઉ બેક)

શું કંપની પોતાના નફાનો પર્યાપ્ત હિસ્સો પ્લાઉ બેકમાં નાખી રહી છે? સામાન્ય રીતે વિકાસશીલ કંપનીઓ પોતાના નફાનો લગભગ બે તૃત્યાંશ હિસ્સો પ્લાઉ બેકમાં નાખે છે.

રિઝર્વ : કંપનીનો રિઝર્વ એના ઈક્વિટી મૂળધનની અપેક્ષાએ કેટલો મોટો છે? મૂળધનથી લગભગ બે ગણો રિઝર્વ રાખવાવાળી કંપનીઓમાં હંમેશાં બોનસ શેરોની સારી સંભાવના રહે છે.

પ્રતિ શેર બુક વેલ્યૂ : કંપનીની પ્રતિ શેર બુક વેલ્યુ કાઢીને એનાથી શેરના બજારમાં ચાલી રહેલા ભાવની તુલના આંકો.

પ્રતિ શેર આવક : કંપનીની પ્રતિ શેર આવકની મદદથી તમે બજારમાં ચાલી રહેલા શેરના ભાવનું આકલન કરી શકો છો.

પી.ઈ. ગુણોત્તર : આ ગુણોત્તરથી તમે એ અંદાજો લગાવી શકો છો કે ચાલતા ભાવ પર તમે કંપનીમાં લગાવેલા પોતાના પૈસાને કેટલા સમયમાં વસૂલ કરી શકશો. શરૂઆત માટે એ કંપનીઓથી દૂર રહો, જેમનો ગુણોત્તર ૧૦થી વધારે હોય.

યીલ્ડ : કંપનીના યીલ્ડનો હિસાબ લગાવો. એનાથી તમે શેરથી મળવાવાળી નિયમિત આવકના વિષયમાં જાણી શકશો.

આર.ઓ.સી.ઈ. (R.O.C.E.), આર.ઓ.એલ.ડબ્લ્યૂ. (R.O.L.W.) તેમજ પી.ઈ.જી. (P.E.G.) ગુણોત્તર

આમની મદદથી તમને જાણ ચાલે છે કે, કંપની શેના યોગ્ય છે અને તમારી પૂંજીનો સાચો ઉપયોગ કરી શકી રહી છે કે નહીં.

ભારતીય કંપનીઓ વિશે આ જાણકારી તમને પરિશિષ્ટ 'અ'માં આપવામાં આવેલી આર્થિક પત્રિકાઓ તેમજ રોકાણ વેબસાઈટ પર સરળતાથી મળી જશે.

રોકાણનો નિર્ણય

શેર ખરીદવાના નિર્ણયના ત્રણ મુખ્ય પાસા છે :

૧. શું ખરીદશો ?

૨. ઓછાં ભાવ પર ખરીદશો?

૩. ક્યારે ખરીદશો?

શું ખરીદશો? : ઉપર બતાવવામાં આવેલી વાતોની જાણકારી ધ્યાનપૂર્વક તપાસો અને એ આધાર પર સારું રોકાણ લાગવાવાળી કંપનીઓની એક નાની યાદી બનાવી લો.

કયા ભાવ પર ખરીદશો? : આ નિર્ણય માટે કંપનીના પી.ઈ. ગુણોત્તર, પ્રતિ શેર બુક વેલ્યૂ અને પાછલા વર્ષના અધિકતમ અને ન્યૂનતમ ભાવની મદદ લો.

રોકાણકારોએ મ્યૂચ્યુઅલ ફંડની યૂનિટો ખરીદવાથી પહેલાં વિચાર કરી લેવો જોઈએ કે, એણના માટે કયો વિકલ્પ ઉત્તમ થશે. મ્યૂચ્યુઅલ ફંડની પસંદગીને રોકાણકાર ખૂબ મહત્ત્વ આપે છે અને એમાં ખાસો સમય લગાવે છે. પરંતુ, ફંડની પસંદગી કર ચુકવ્યા પછી વિકલ્પની પસંદગીને લઈને માથાપચ્ચી નથી કરતાં. કેટલાંક રોકાણકારોને નિયમિત લાભાંશ મેળવવો સારો લાગે છે, તો કેટલાંકને નિયમિત રોકાણ કરવું. આથી કેટલાંક ડિવિડન્ડ રિઈન્વેસ્ટમેન્ટ અથવા ગ્રોથ વિકલ્પ અપનાવે છે, તો કેટલાંક આ કામ એજેન્ટ કે ડિસ્ટ્રીબ્યૂટરને આપી દે છે. પરંતુ, ઉત્તમ રોકાણ માટે યોગ્ય વિકલ્પની પસંદગી એટલી જ મહત્ત્વપૂર્ણ છે, જેટલી કે મ્યૂચ્યુઅલ ફંડની પસંદગી. યોગ્ય વિકલ્પની પસંદગી માટે રોકાણકારોને વિભિન્ન કસોટી પર કસી શકાય છે.

બેકગ્રાઉન્ડ : રોકાણ વિકલ્પની પસંદગીમાં રોકાણકારોએ બે મહત્ત્વપૂર્ણ કારકો પર વિચાર કરવો જોઈએ : (૧) રાજસ્વ નીતિ, (૨) રોકાણ જરૂરિયાત અને લક્ષ્ય.

ડિવિડન્ડ વિકલ્પના ફાયદા અને નુકસાન : આ કરમુક્ત હોય છે, જે એનો સૌથી મોટો ફાયદો છે. જોકે, બધા મ્યૂચ્યુઅલ ફંડ ડિવિડન્ડ કરમુક્ત હોય છે, પરંતુ બિન-શેર આધારિત મ્યૂચ્યુઅલ ફંડ સ્કીમો પર ૧૪.૦૨૫ ટકાનો વિતરણ કર લાગૂ થાય છે. એનો અર્થ એ છે કે, લાભાંશ તો કરમુક્ત હશે, પરંતુ રોકાણકારોને ૧૪.૦૨૫ ટકા ઘટીને મળશે. એની ચુકવણી મ્યૂચ્યુઅલ ફંડ કરે છે પરંતુ જાય છે રોકાણકારના ખિસ્સામાંથી જ. શેર આધારિત મ્યૂચ્યુઅલ ફંડ સ્કીમોને મળવાવાળા લાભાંશ પર વિતરણ કર લાગૂ નથી તતો. આ રીતે આ યોગ્ય અર્થમાં કરમુક્ત હોય છે. તો શું બધા રોકાણકારોએ આ વિકલ્પ અપનાવવો જોઈએ?

જવાબ આપવામાં ઉતાવળ ના કરો. મામલાને ગંભીરતાથી સમજવા માટે એક ઉદાહરણ લઈએ છીએ. ફ્રેંકલિન ટેમ્પલટન ઇન્ડિયા પ્રાઇમા નવેમ્બર, ૧૯૯૩માં લૉન્ચ થયો હતો. ૧૯ જૂન, ૨૦૦૬એ એના ગ્રોથ વિકલ્પની એન.એ.વી. ૧૫૩.૮૬ રૂપિયા હતી, જ્યારે કે ડિવિડન્ડ વિકલ્પની ૪૮.૯૯ રૂપિયા - લગભગ ૬૮ ટકા ઓછી. એવું કેમ? રોકાણકારને મળેલાં લાભાંશથી આ અંતર બનેલું છે. મ્યૂચ્યુઅલ ફંડથી મળેલું ડિવિડન્ડ, સ્ટાફ ડિવિડન્ડના ઉલટ, તમારા પોતાના પૈસા હોય છે. આથી, જો રોકાણકારે ગ્રોથ વિકલ્પ અપનાવ્યો હોત, તો એન.એ.વી. ૧૫૩.૮૬ રૂપિયા થતી. પરંતુ ડિવિડન્ડ વિકલ્પ અપનાવવાને કારણથી નિયમિત રીતે આ લાભાંશ મળતો રહ્યો અને યૂનિટોનું બજાર મૂલ્ય ૪૮.૯૯ રૂપિયા રહ્યું. કૃપા કરી ધ્યાન આપો કે, સ્કીમનું પ્રદર્શન ગ્રોથ વિકલ્પની એન.એ.વી.થી આંકવામાં આવે છે. પરંતુ, તકનીકી રીતે એમાં કોઈ ફરક નથી પડતો કે કઈ એન.એ.વી. લેવામાં આવી છે. કેમ કે, રોકાણકારને મળવાવાળા લાભાંશની રકમ, ઇન્ટરનલ રેટ ઑફ રિટર્ન (આઈ.આર.આર.) પર સ્કીમમાં ફરીથી રોકાણ માની લેવામાં આવે છે. હિસાબ-કિતાબમાં ના પડીએ અને સીધી વાત કરીએ, તો પ્રાઇમાનું એન.એ.વી. આધારિત પ્રદર્શન ૧૫૩.૮૬ રૂપિયા છે, ના કે ૪૮.૯૯ રૂપિયા. અહીંયા સુધી તો બધું ઠીક છે. જ્યાં સુધી તમે ડિવિડન્ડ ઇચ્છો છો, ત્યાં સુધી કોઈ સમસ્યા નથી.

પરંતુ, સવાલ ઊઠે છે કે લાભાંશનું શું થશે? એનું રોકાણ એ જ સ્કીમમાં કરવામાં આવશે અથવા બીજી કોઈ સ્કીમમાં. જો એ જ સ્કીમમાં તો રૂપિયા એ જસંપત્તિ વર્ગ-ઇક્વિટીમાં રોકાણ થઈ રહ્યાં છે. એમાં રોકાણકારે નવા રોકાણ પર એન્ટ્રી લોડ આપવો પડશે, જેનાથી ફંડને વધારાની આવક થશે. એજેન્ટ અથવા ડિસ્ટ્રીબ્યૂટરને એક્સ્ટ્રા કમીશન મળશે. બની શકે છે કે, રોકાણકાર ભૂલી જાય કે, સ્કીમથી પ્રાપ્ત લાભાંશ બેંકમાં પડેલો છે. જો રોકાણકારને જાણ છે કે, બજારમાં વધારે ઉથલ-પુથલ મચી છે, જે રોકાણના નિર્ણયને ટાળી રહી છે. પૈસા બેંકમાં જ પડ્યા છે. બેંક બચત ખાતામાં પડેલી રકમ રિટર્ન ઘણું ઓછું મળશે. કારણ બિલ્કુલ સ્પષ્ટ છે. પ્રાઇમામાં રોકાણ કરવામાં આવેલી રકમ આઈ.આર.આર. પર વધી રહી છે. સ્થાપનામાં અત્યાર સુધી ૨૬ ટકા આઈ.આર.આર. રહી. અહીં, બેંક બચત ખાતામાં પડેલી રકમ ફક્ત ૩.૫ ટકાના દરથી વધી રહી છે. આવવાવાળા સમયમાં આ બે દરોની વચ્ચેનું ભારે અંતર શુદ્ધ રિટર્નને ઘટાડે છે. રકમ જેટલાં સમય બેંકમાં રહેશે, રિટર્ન એટલું જ ઓછું થશે.

ડિવિડન્ડ વિકલ્પને પસંદ કરવાના બીજા કારણો : રોકાણકાર ડિવિડન્ડ વિકલ્પને પસંદ કરવા માટે કેટલાય પ્રકારના તર્ક આપે છે. પ્રથમ, રોજબરોજની જિંદગીમાં રૂપિયાની જરૂર પડતી જ રહે છે. બીજું, તેજીથી લાભાંશ મળવો નફાવસૂલી જેવો

હોય છે. રોકાણ સંતુલન માટે લાભાંશની રકમને ફિક્સ્ડ ઇનકમ ઇન્સ્ટ્રૂમેન્ટ અથવા ફિક્સ્ડ મેચ્યોરિટી પ્લાનમાં રોકાણ કરી શકાય છે. આ તર્કોને પડકાર નથી આપી શકાતો, પરંતુ એક નાની સમસ્યા છે. ફિક્સ્ડ ઇન્કમ ઇન્સ્ટ્રૂમેન્ટ (પી.પી.એફ., આર.બી.આઈ. બૉન્ડ વગેરે)ના ઉલટ, જેમનામાં રકમ અને અવધિના સંદર્ભમાં વ્યાજ નક્કી થાય છે, મ્યૂચ્યુઅલ ફંડ પોતાના વિવેકથી લાભાંશ નક્કી કરે છે. ફંડ મેનેજરને છોડીને કોઈને ખબર નથી કે, કોને ક્યારે અને કેટલો લાભાંશ મળશે. બની શકે છે કે, તે રોકાણકારની જરૂરિયાત પ્રમાણે ઓછો લાભાંશ આપે અથવા ખૂબ વધારે.

હવે રોકાણકાર શું કરે? આ ઉલઝનનું નિરાકરણ સરળતાથી કરી શકાય છે. રોકાણકારે લાભાંશ માંગવો જોઈએ. મ્યૂચ્યુઅલ ફંડ રોકાણકારને જે પૈસા આપે છે, તે લાભાંશ હોય છે. જ્યારે રોકાણકાર ખુદ પૈસા કાઢે છે- ત્યારે એને પૂંજીગત લાભ કહેવામાં આવે છે. આપણે બધા જાણીએ છીએ કે, મ્યૂચ્યુઅલ ફંડમાં રોકાણના એક વર્ષ પછી નિકાસી કરવા પર પૂંજીગત લાભ કરમુક્ત હોય છે. આથી વાર્ષિક લાભાંશ માટે મ્યૂચ્યુઅલ ફંડના નિર્ણય પર ટકેલા ન રહો, જેટલી જરૂર હોય, કાઢી લો. આ રીતે રોકાણકાર મ્યૂચ્યુઅલ ફંડ નહીં, પોતાની ઇચ્છાથી લાભાંશ કમાઈ શકે છે. રોકાણનું મૂલ્ય પહેલાં જેટલું જ રહેશે, ભલે મ્યૂચ્યુઅલ ફંડે લાભાંશ અદા કર્યો હોય અથવા રોકાણકારે રિડક્શનથી તે રકમ પ્રાપ્ત કરી હોય.

૧૬

શેર : લાભ જ લાભ

પોતાના ધનમાં શીઘ્ર વૃદ્ધિ માટે શેર બજારમાં રોકાણ કરવાથી પહેલાં દરેક રોકાણકારના મનમાં એ સવાલ અવશ્ય ઊઠશે કે, અમે શેરમાં રોકાણ કેમ કરીએ, આખરે અમને આ રોકાણથી શું લાભ થશે?

શેરોમાં રોકાણ મૂડીની વૃદ્ધિ શીઘ્રતાથી તેમજ વર્તમાનની માંગ અનુસાર થાય છે. શેરોમાં લગાવવામાં આવેલા પૈસા પર જે લાભ મળે છે, તે બે પ્રકારના હોય છે - મૂળધનની વૃદ્ધિ તેમજ લાભાંશ કે ડિવિડન્ડ. શેરોમાં જે પૈસા લગાવવામાં આવે છે, તે સામાન્ય રીતે આવકને રોકાણ સાધનોની અપેક્ષાએ વધારે તીવ્રતાથી વધે છે. કેમ કે, આ રોકાણ વ્યાવસાયિક સંસાધનોથી સંલિપ્ત હોય છે, તેથી અહીંયા લાભની કોઈ સીમા નિશ્ચિત નથી હોતી. કેટલીય વાર તો શેરોમાં ૧૦૦૦ ટકા સુધીનો ફાયદો થતાં પણ જોવામાં આવ્યો છે. આ તમારી આવકમાં વૃદ્ધિ કરતાં વર્તમાન બજાર અને તમારી જરૂરી આવશ્યકતાઓની વચ્ચે સંતુલન સ્થાપિત કરે છે.

અહીંયા એક રોકાણકારના મનમાં પ્રશ્ન ઊઠી શકે છે કે, તે રોકાણ કરીને આખરે કેટલો અને કયા પ્રકારનો લાભ ઉઠાવી શકે છે.

આવો, આ પ્રશ્નનો ઉત્તર શોધવા માટે વિગત કેટલાંક વર્ષો દરમિયાન દેશની પ્રસિદ્ધ કંપનીઓનાં આંકડાઓ પર એક નજર નાખીએ. આ આંકડાં સ્પષ્ટ કરી દેશે કે, બજાર કયા પ્રકારના ઉતાર-ચઢાવના પ્રભાવમાંથી પસાર થાય છે.

સારણી - ૧

કંપની	૧ જાન્યુઆરી ૧૯૯૬એ રોકાણિત રકમ (રૂા.)	૩૧ ડિસેમ્બર ૨૦૦૩એ વૃદ્ધિ મૂલ્ય (રૂપિયા) (ટકાવારી)
ડૉ. રેડ્ડી જલેબ	૧,૦૦૦	૧૩,૩૫૨ + ૧૨૩૫
વિપ્રો	૧,૦૦૦	૧૪,૩૮૨ + ૧૩૩૮
ઈન્ફોસિસ ટેક્નોલૉજિસ	૧,૦૦૦	૭૬,૨૩૫ + ૭૫૨૩
આઈ.ટી.સી.	૧,૦૦૦	૫,૦૬૯ + ૪૦૭

રિલાયન્સ ઈન્ડસ્ટ્રીઝ	૧,૦૦૦	૬,૨૭૦+૫૨૭	
	૫,૦૦૦	૧,૧૫,૩૦૮	૨૧,૨૯૬

સારણી - ૨

વર્ષ	પૂંજીમાં વૃદ્ધિ (ટકા)		
૧૯૮૭	- ૧૮	૧૯૯૫	- ૨૧
૧૯૮૮	+ ૫૧	૧૯૯૬	- ૧
૧૯૮૯	+ ૧૭	૧૯૯૭	+ ૧૯
૧૯૯૦	+ ૩૫	૧૯૯૮	- ૧૭
૧૯૯૧	+ ૮૪	૧૯૯૯	+ ૬૪
૧૯૯૨	+ ૩૭૮	૨૦૦૦	+ ૨૧
૧૯૯૩	+ ૩૨	૨૦૦૧	- ૧૮
૧૯૯૪	+ ૧૪	૨૦૦૨	+ ૪
		૨૦૦૩	+ ૭૬

જો તમે ઉપરોક્ત બંને આંકડાઓ પર નજર નાખો, તો સ્પષ્ટ થઈ જશે કે, જો આપણે યોગ્ય વિચારધારા અને પૂરી જાણકારીની સાથે શેરમાં રોકાણ કરીએ, તો આ કયા પ્રકારે અને કેટલો લાભદાયક સોદો થઈ શકે છે.

માની લો કે, કોઈ રોકાણકારે ૧૯૮૭ની ઉપરોક્ત બધી કંપનીઓનાં શેર ખરીદ્યાં હોય, તો એનું કુલ રોકાણ ૫૦૦૦ રૂપિયા થશે, જે ૧૬ વર્ષોમાં વધીને ૧,૧૫૩૦૮ રૂપિયામાં રૂપાંતરિત થઈ જશે. આ રીતે તમારી કુલ પૂંજી ૪૮ ટકાના વાર્ષિક ચક્રવૃદ્ધિ દરથી વધી હોત. એટલું જ નહીં, આ દરમિયાન લાભાંશના રૂપમાં એને સારી આવક પણ થશે.

નોંધ : ઉપરોક્ત આંકડા માસિક 'ક્લોઝિંગ પ્રાઈસિસ' અનુસાર છે.

સ્પષ્ટ છે કે, તમે કોઈ પણ સામાન્ય રોકાણ જેમ કે - સોનૂ, ચાંદી, મિલ્કત કે બૉન્ડ વગેરેમાં આ પ્રકારની આવક મેળવવાની આશા પણ નથી કરી શકતા.

સામાન્ય રીતે એક સામાન્ય રોકાણકાર જો સમજદારી અને બજારની પૂર્ણતઃ જાણકારીની સાથે રોકાણના આ ક્ષેત્રમાં પગ રાખો, તો તે ચાર-પાંચ વર્ષોમાં પોતાના પૈસા લગભગ બમણાં કરી શકે છે, બલ્કે જો એનું પગલું યોગ્ય ઢંગથી ઉઠ્યું છે,તો તે એનાથી વધારે લાભ ઉઠાવી શકે છે. બધો જ આધાર બસ એ વાત પર છે કે, તમારી જાણકારી કેવી અને કેટલી છે. સાથે-સાથે ઘણું બધું એ વાત પર પણ નિર્ભર કરે છે કે, તમે પોતાનો કેટલો સમય રોકાણ પર લગાવો છે. કેમ કે, અનુભવથી એ જોવામાં

આવ્યું છે કે, હંમેશાં અલ્પકાલિક રોકાણની અપેક્ષાએ દીર્ઘકાલિક રોકાણ વધારે ઉત્તમ સાબિત થાય છે.

રોકાણના અન્ય વિકલ્પોની તુલનામં શેરોમાં રોકાણનો અન્ય પણ એક ફાયદો છે. જો મુદ્રાસ્ફીતિનો દર વધે છે, તો સાથે-સાથે શેરોના મૂલ્યમાં પણ વૃદ્ધિ થાય છે. તેથી રોકાણકારને નુકસાનને બદલે લાભ જ થાય છે.

લાભાંશના રૂપમાં વધારાની આવક : શેર રોકાણમાં અન્ય પણ એક લાભ પણ તમને પ્રાપ્ત થાય છે. કંપનીઓ હંમેશાં પોતાના વાર્ષિક લાભનો એક હિસ્સો પોતાના શેર હોલ્ડરોમાં વહેંચે છે, એને લાભાંશ કહે છે. આ લાભાંશને અંદાજે શેરની ફેસ-વેલ્યૂની ટકાવારી અથવા રૂપિયો પ્રતિ શેરના હિસાબથી પ્રદર્શિત કરવામાં આવે છે. એને સમજવા માટે આપણે એક ઉદાહરણ લઈએ છીએ. માની લો કે, કોઈ વ્યક્તિ 'એક્સ'એ કોઈ 'વાઈ' કંપનીથી ૧૦૦ શેર ૧૦ રૂપિયા પ્રતિ શેરના ભાવથી ખરીદ્યાં. હવે જો કંપની જો ૧૦ ટકા લાભાંશ ઘોષિત કરે છે, તો પ્રતિ શેર એ વ્યક્તિને ૧ રૂપિયો અથવા કુલ ૧૦૦ રૂપિયાનો વધારાનો લાભ થશે.

સામાન્ય રીતે તમે એ માનીને ચાલી શકો છો કે, શેર બજારમાંચાલી રહેલા મૂલ્યના લગભગ ૧.૨ ટકા તમે લાભાંશ તરીકે મેળવવાની અપેક્ષા કરી શકો છો અને એ પણ ઓછ્છું નથી જેમ કે માન્યું કે, તમારી પાસે કેટલીક કંપનીઓનાં ૨૦,૦૦૦ રૂપિયા (બજારનો ચાલૂ ભાવ) મૂલ્યનાં શેર છે, તો તમને લગભગ ૨૦૦ થી ૬૦૦ રૂપિયા વાર્ષિક લાભાંશ મળી શકે છે. આ હિસાબથી તમે લાભાંશથી થવાવાળી પોતાની આવકનું અનુમાન ખુદ લગાવી શકો છો.

શેરોનું ખરીદ-વેચાણ બંને સરળ છે. એક રોકાણકાર માટે સૌથી આદર્શ અને ઉત્તમ એ છે કે, તે પોતાનું રોકાણ ત્યાં અને એ વસ્તુઓમાં કરે, જ્યાં એને પોતાનું ધન સરળતાથી અને કોઈ ઝંઝટનો સામનો કર્યા વગર તેમજ પોતાની જરૂરિયાત અનુસાર પ્રાપ્ત કરી શકે. એ સંતુષ્ટિ કે, એની પાસે જે પણ રોકાણ છે, એને ક્યારેય પણ તે ધનમાં રૂપાંતરિત કરી શકે છે, એને એક પ્રકારથી આર્થિક સુરક્ષાનો અહેસાસ કરાવે છે.

કોઈ પણ અન્ય રોકાણ (મિલ્કત, મૂલ્યવાન ધાતુ વગેરે)ની તુલનામાં રોકાણકારને શેરના ખરીદ-વેચાણમાં નિશ્ચિત રૂપથી વધારે સરળતા થાય છે. રોકાણકાર કોઈ પણ સમયે પોતાના રોકાણથી બહાર આવી શકે છે અને પોતાના પૈસા પાછા મેળવી શકે છે.

જો રોકાણકાર પોતાનું રોકાણ સક્રિય (ઍક્ટિવ) શેરો સુધી મર્યાદિત રાખે છે (આ તે શેર હોય છે, જેમનો વિભિન્ન સ્ટૉક એક્સચેન્જો પર નિયમિત કારોબાર હોય છે, એવા લગભગ ૧,૫૦૦ શેર છે), તો એને શેરોના હસ્તાંતરણમાં સહેજ પણ પરેશાની આવવાનો પ્રશ્ન જ નથી ઊઠતો.

તમારા ધનની પૂર્ણ સુરક્ષા

શેરોમાં લગાવવામાં આવેલું ધન પૂરી રીતે સુરક્ષિત હોય છે. પોતાના વિવેકના આધાર પર રોકાણકાર જ્યારે પણ ઇચ્છે એને વેચવાની સુવિધા મળવાને કારણે જો રોકાણકારને જરા પણ આ વાતનું અનુમાન હોય કે, એને નુકસાન થઈ શકે છે, તો તે સરળતાથી અને તુરંત એમાંથી પોતાનું ધન બહાર કાઢી શકે છે.

જોકે, એક દીર્ઘકાલીન રોકાણ એક રોકાણકારને બજારના અસ્થાયી ઉતાર-ચઢાવથી સુરક્ષિત રાખે છે, છતાં પણ એક સારા રોકાણકાર માટે એ જરૂરિ હોય છે કે, તે પોતાના રોકાણને વિવિધતા પ્રદાન કરે તથા વિભિન્ન ક્ષેત્રોમાં કામ કરવાવાળી અલગ-અલગ કંપનીઓમાં રોકાણ કરે, એનાથી એને લાભ એ થશે કે, વિભિન્ન વસ્તુઓનાં ઉત્પાદન તેમજ પ્રબંધન અલગ-અલગ ઢંગના હોય છે અને બજારમાં વિભિન્ન રૂપિયા પર પડવાવાળા આર્થિક પ્રભાવ પણ એમના પર અલગ-અલગ હોય છે, તેથી રોકાણકાર સરળતાથી બજારના આર્થિક દબાણોનો સામનો કરી શકે છે.

સુરક્ષાની પરેશાની નહીં બરાબર : શેરોનો સાજ-સામાન તેમજ એમને સુરક્ષિત રાખી શકવાની જવાબદારી સૌથી વધારે સરળ હોય છે, એમને કોઈ પરેશાની વગર કે તણાવ વગર તમે એક સ્થાનથી બીજા સ્થાન સુધી લઈ જઈ શકો છો, ખોવાઈ જવા, ચોરી થઈ જવા અથવા કોઈ કારણથી નષ્ટ થઈ જવાની સ્થિતિમાં ડુપ્લીકેટ શેર બનાવડાવી શકે છે. આ રીતે શેરોમાં મૂડી ભલે જેટલી પણ મોટી હોય, સોના-ચાંદીની જેમ તમારે એમને સુરક્ષિત રાખવા માટે કોઈ બેંક લૉકર અથવા સુરક્ષાની વધારાની જવાબદારી નથી ઉઠાવવી પડતી.

ઓછી મૂડીવાળાઓ માટે પણ આકર્ષક : આ એ બજાર છે, જ્યાં ઓછાથી ઓછું ધનનું રોકાણ કરવાવાળા પણ સરળતાથી રોકાણ કરી શકે છે. ત્યાં સુધી કે, બજારોમાં 'માર્કેટ લૉટ પ્રણાલી' તેમજ 'ઑડ લૉટ પ્રણાલી'ના સભાપત્ર પછી કોઈ રોકાણકાર જો ઇચ્છે, તો એક શેર સુધી ખરીદી શકે છે. એની અપેક્ષાએ અન્ય રોકાણકારો જેમ કે જમીન વગેરેમાં રોકાણ માટે ખૂબ વધારે રકમની જરૂર પડે છે. જે હવે અધિકતર મધ્યમવર્ગીય રોકાણકારોની પહોંચથી બહાર થઈ ગઈ છે.

આ જ કારણ છે કે, શેર બજાર અધિકતમ મધ્યમવર્ગીય રોકાણકારો માટે વધારે આકર્ષક થઈ ગયું છે, આજે ભારતમાં અધિકતર રોકાણકાર મધ્યમવર્ગીય છે. એના સિવાય શેર બજાર અન્ય કોઈ પણ રોકાણ બજારોથી વધારે પ્રમાણિક અને વ્યવસ્થિત છે. એના પર સરકાર તેમજ સેબી સિક્યોરિટીઝ એન્ડ ઍક્સચેન્જ બોર્ડ ઑફ ઇન્ડિયાની કડી નજર રહે છે. અન્ય બજારોની અપેક્ષાએ શેર દલાલોનાં કામકાજ પર પણ કડી નજર રાખવામાં આવે છે.

સરકારની નીતિઓ પણ શેરમાં રોકાણ કરવાવાળાઓનાં પક્ષમાં રહે છે, શેરમાં રોકાણ કરવું કર બચાવવાનું પણ એક સારું સાધન છે.

બેંકની જમા યોજનાઓથી જો શેર બજારમાં રોકાણની તુલના કરવામાં આવે, તો તમને નફા-નુકસાનમાં જમીન-આકાશનો ફરક નજરે પડી શકે છે. શેર બજારમાં તમે મોટા પાયા પર નફો એકઠો કરી શકો છો. તમે સાંભળ્યું પણ હશે કે, કયા પ્રકારે કેટલાંક લોકોએ એક વર્ષના રોકાણ દરમિયાન જ બમણો લાભ પ્રાપ્ત કરી લીધો. તમે એ પણ સાંભળ્યું હશે કે, જ્યારે શેર બજાર લુઢકે છે, તો કેટલાય રોકાણકાર પોતાના રોકાણનો એક ચતુર્થાંશથી પણ વધારે હિસ્સો ગુમાવી બેસે છે.

શેર બજારની સાથે પોતાની બેંકની ફિક્સ્ડ ડિપોઝીટની તુલના કરીને જુઓ. તમને ફિક્સ્ડ ડિપોઝિટમાં રોકાણ કરવામાં આવેલી રકમ પર દરેક વર્ષે ફક્ત પાંચથી છ ટકા સુધી લાભ મળી શકે છે, પરંતુ તમારા રોકાણ કરવામાં આવેલા પૈસા પોતાની જગ્યાએ સુરક્ષિત રહે છે.

જ્યારે તમે પોતાની રકમ બેંકમાં જમા કરો છો, તો એનો અર્થ થાય છે કે, એક નિશ્ચિત અવધિ માટે (મહીના કે વર્ષ) નિશ્ચિત લાભ દર (વ્યાજનો દર) પર તમે બેંકને લોન આપો છો. અવધિ પૂરી થવા પર બેંક તમને મૂળ રકમ સિવાય વ્યાજ પણ પાછું આપે છે.

જ્યારે તમે શેરમાં રોકાણ કરો છો, ત્યારે બજારમાં રોકાણ નથી કરતાં (જેમ કે કેટલાય રોકાણકાર વિચારે છે). તમે કોઈ કંપનીના ઇક્વિટી શેરમાં રોકાણ કરો છો. એ જ રીતે તમે એ કંપનીના શેરધારક અથવા અંશીદાર બની જાઓ છો.

એમાં સૌથી સારી વાત એ હોય છે કે, કંપનીની સંપત્તિના અંશીદાર હોવાના સંબંધે એ સંપત્તિ પર મળવાવાળા લાભનો હિસ્સો મેળવવા માટે તમે હકદાર બની જાઓ છો.

એમાં જોખમવાળું પાસું એ હોય છે કે, જો કંપનીને કોઈ પ્રકારનું નુકસાન ઉઠાવવું પડે છે, તો એમાં પણ તમારે અંશીદાર બનવું પડે છે.

જો તમે એક શેર ધારક છો, તો કંપનીને મળવાવાળા લાભથી તમે બે પ્રકારથી ફાયદામાં રહી શકો છો : કેપિટલ ઍપ્રીસિએશન અથવા ડિવિડન્ડ.

ડિવિડેન્ડ (Dividend)

સામાન્ય રીતે જ્યારે કોઈ કંપની પોતાના અર્જિત નફાનું જ્યારે વિતરણ કરે છે, તો એને ડિવિડન્ડ કહેવામાં આવે છે.

ઉદાહરણાર્થે : કોઈ કંપનીએ વર્ષ ૨૦૦૬-૨૦૦૭માં ૧ કરોડ રૂપિયાનો નફો

અર્જિત કર્યો. એણે અડધી રકમને કંપની માટે રાખી દીધી. આ રકમથી નવી મશીનો અથવા કાચો માલ ખરીદવામાં આવશે અથવા બેંકની લોનને ચુકવવામાં આવશે. બાકી અડધી રકમને કંપની શેરધારકોની વચ્ચે ડિવિડેન્ડના રૂપમાં વિતરિત કરી દેશે.

માની લો કે, કંપનીની પૂંજી ૧૦,૦૦૦ શેરોમાં વિભાજિત છે. એનો અર્થ છે કે, નફાનો અડધો હિસ્સો- ૫૦ લાખ રૂપિયા - ૧૦ હજાર શેરોમાં વિભાજિત કરવામાં આવશે અને પ્રત્યેક શેરના હિસ્સામાં આ પ્રકારે ૫૦૦ રૂપિયા આવશે. આ પ્રકારે પ્રતિ શેર ૫૦૦ રૂપિયાની રકમને ડિવિડન્ડ કહેવામાં આવશે. જો તમારી પાસે કંપનીના ૧૦૦ શેર છે, તો તમને ૫૦,૦૦૦ રૂપિયાનો ચેક (૧૦૦ શેર x ૫૦૦ રૂપિયા) કંપનીથી મળશે.

ક્યારેક-ક્યારેક ટકાવારીના આધાર પર ડિવિડેન્ડ પ્રદાન કરવામાં આવે છે. જેમ કે, કંપની કહી શકે છે કે, તે ૫૦ ટકા ડિવિડેન્ડ આપશે. અહીંયા યાદ રાખવું જરૂરી થશે કે, શેરની ફેસવેલ્યૂ પર આ પ્રકારનું ડિવિડેન્ડ આપવામાં આવે છે. એનો અર્થ છે, જો કોઈ શેરની ફેસ વેલ્યૂ ૧૦ રૂપિયા છે,તો ૫૦ ટકા ડિવિડેન્ડનો અર્થ પ્રતિ શેર પાંચ રૂપિયા થશે.

એવું પણ થઈ શકે છે કે, તમે શેર ખરીદતા સમયે ફેસ વેલ્યૂ ૧૦ રૂપિયા પ્રતિ શેર ના આપ્યા હોય અને એ સમયેની માર્કેટ વેલ્યૂ અનુસાર પ્રતિ શેર ૧૦૦ રૂપિયા અદા કર્યા હોય. એવી સ્થિતમાં પણ તમને પ્રતિ શેર ડિવિડેન્ડ તરીકે પાંચ રૂપિયા જ મળશે. ટકાવારીના અર્થોમાં જોવામાં આવે, તો તમને ફક્ત પાંચ ટકા લાભ જ મળશે અને કંપનીની ઘોષણા અનુસાર પચાસ ટકા લાભ નહીં મળે.

એ પણ થઈ શકે છે કે, તમે માર્કેટ વેલ્યૂ અનુસાર ૯ રૂપિયા પ્રતિ શેર ખરીદ્યાં હોય. એવી સ્થિતિમાં પણ ડિવિડેન્ડના રૂપમાં તમને પ્રતિ શેર પાંચ રૂપિયા જ મળશે.

કેપિટલ ગેન (Capital Gain)

જેમ-જેમ કંપનીનો વિસ્તાર અને વિકાસ થાય છે, એની સંપત્તિ અને નફામાં પણ વૃદ્ધિ થઈ જાય છે. એની સાથે જ એના કારોબારનું મહત્ત્વ પણ વધી જાય છે. આ પ્રકારે એના શેરની કિંમત પણ વધી જાય છે. આથી જ્યારે તમે એવી કંપનીના શેર વેચો છો, તો તમને પ્રીમિયમ મળે છે - એને 'કેપિટલ ગેન' કહેવામાં આવે છે અને આના જ આકર્ષણમાં મોટાભાગના રોકાણકાર શેર બજારમાં રોકાણ કરે છે. રોકાણકાર લાભ પ્રાપ્ત કરીને વધારેથી વધારે ધન કમાવા ઇચ્છે છે અને એવા શેરોમાં રોકાણના માધ્યમે શક્ય થઈ શકે છે.

આમ તો નફો કમાવો એટલો સરળ પણ નથી હોતો. શેરના ભાવમાં નિરંતર પરિવર્તન થતું રહે છે. જે કિંમત પર તમે શેર ખરીદો છો, એની તુલનામાં શેરનો ભાવ વધારે પણ હોઈ શકે છે અથવા ઓછો પણ થઈ શકે છે.

જો તમે એક શેર ૧૦ રૂપિયામાં ખરીદો છો અને એક વર્ષ પછી એને ૨૦ રૂપિયામાં વેચી દો છો, તો તમને ૧૦ રૂપિયાનો લાભ અથવા ૧૦૦ ટકા લાભ પ્રાપ્ત થાય છે.

અથવા, જો તમે એક શેર ૧૦ રૂપિયામાં ખરીદો છો અને એક વર્ષ પછી એને ૯ રૂપિયામાં વેચી દો છો, તો તમને ૧ રૂપિયાનું નુકસાન અથવા ૧૦ ટકા નુકસાન થાય છે.

હવે ડિવિડેન્ડ અને કેપિટલ ગેન પર એક સાથે ધ્યાન આપી જુઓ.

જો તમે એક શેર ૧૦ રૂપિયામાં ખરીદીને એક વર્ષ પછી એને ૨૦ રૂપિયામાં વેચી દો છો, તો તમને ૧૦ રૂપિયા અથવા ૧૦૦ ટકાનો નફો થાય છે.

એમાં ડિવિડેન્ડના રૂપમાં મળવાવાળા પાંચ રૂપિયાને પણ જોડી દો, તો તમારો નફો ૧૦ રૂપિયા x ૫ રૂપિયા = ૧૫ રૂપિયા અથવા ૧૫૦ ટકા થશે.

જો તમે એક શેર ૧૦ રૂપિયામાં ખરીદીને એક વર્ષ પછી એને ૯ રૂપિયામાં વેચો છો,તો તમને પ્રતિ શેર ૧ રૂપિયાનું નુકસાન થાય છે.

જ્યારે કે ડિવિડેન્ડના રૂપમાં તમને પાંચ રૂપિયા મળે છે. આ રીતે કંપનીથી ૪ રૂપિયાનો લાભ તમને એક શેર પર પ્રાપ્ત થઈ જાય છે.

ટકાવારીના આધાર પર તમને ૪૦ ટકાનો નફો પ્રાપ્ત થાય છે.

રોકાણ અને કર (ટેક્સ)

જો તમે નિયમિત કરદાતા છો, તો જાણી લો કે સરકારની નવી આર્થિક નીતિઓમાં શેર બજારમાં રોકાણ કરાવવાળાઓની સુવિધા પર વિશેષ ધ્યાન આપવામાં આવ્યું છે. ડિવિડેન્ડ પર કોઈ કર આપવો નથી પડતો. ના તો દીર્ઘ અવધિ માટે કેપિટલ ગેન પર તમારાથી કોઈ કર માંગવામાં આવશે. એનો અર્થ છે, જો તમે એક શેર ખરીદો છો અને એને ઓછાથી ઓછા એક વર્ષ સુધી પોતાની પાસે રાખ્યા પછી નફાના દર પર વેચી દો છો, તો પોતાના નફા માટે તમારે કોઈ પણ પ્રકારનો કર આપવાની જરૂર નથી. જો તમે પોતાના શેરને એક વર્ષની અંદર જ વેચી દો છો, તો અલ્પ-અવધિ કેપિટલ ગેન ટેક્સના રૂપમાં તમારાથી ૧૦ ટકા વસૂલાઈ શકાય છે.

શેરમાં રોકાણ કરવું જોખમનું કામ તો છે, પરંતુ તેજીથી અમીર બનવાનું આ અચૂક સૂત્ર છે. કદાચ આ જ કારણ છે કે, વધારેથી વધારે લોકો શેર બજારની તરફ આકર્ષિત થઈ રહ્યાં છે.

લાભનો સોદો

અમેરિકી રોકાણકાર બર્નાર્ડ બારૂકનું કહેવું છે કે, શેર બજાર ફક્ત ફાયદાના સોદા કરવાનું કારણ છે, ના કે નુકસાનનું. એમણે પોતાની પુસ્તકમાં લખ્યું છે કે, એક નિયમ ગાંઠ બાંધીને રાખો કે, શેર બજારમાં ક્યારેય નુકસાન નથી કરવાનું. એટલે ફક્ત લાભ કમાવા માટે જ શેર બજારમાં પગ રાખો. હવે જરા એ વિચારો કે, એવો કોઈ રોકાણકાર હશે, જે શેર બજારમાં નુકસાન વેઠવા માટે જતો હશે.

બારૂકના નિયમમાં આ રહસ્ય છુપાયેલું છે કે, કોઈ પણ સોદો કરવાથી પહેલાં પૂરી રિસર્ચ કરો અને પછી રોકાણ. એટલે કે ઉઠવાવાળા એક પણ ખોટા પગલાને રોકી લેવાનો અર્થ છે નુકસાનને રોકી લેવું. કેટલાય લોકો એના પર કહી શકે છે કે, જે લોકો શેર બજારમાં ખૂબ પૈસા કમાય છે અથવા નુકસાન નથી ખાતા, એવા લોકો મ્હોંમાં સોનાની ચમચી લઈને પેદા થાય છે, પરંતુ હકીકતમાં એવી કોઈ વાત નથી હોતી.

એક માણસ ક્યાં-ક્યાં રોકાણ કરી શકે છે, આ ગણિત આ દુનિયામાં આવીને જ શીખી શકાય છે. પરંતુ મોટાભાગના લોકો એ નથી જોતાં કે, તેઓ ક્યાં રોકાણ કરી રહ્યા છે અથવા સાંભળેલી સૂચનાઓનાં આધાર પર રોકાણ કરવા જઈ રહ્યા છે અથવા પછી કોઈની પાછળ-પાછળ.

યોગ્ય રોકાણકાર હંમેશાં પોતાનો રસ્તો ખુદ બનાવે છે અને ખૂબ હોમવર્ક કરે છે. રોકાણ કરવાવાળી દરેક જગ્યા અને દરેક કંપની વિશે એટલું બધું યાદ રાખે છે, જેટલું કદાચ એ કંપનીનો કોઈ રોકાણકાર પણ યાદ નહીં રાખી શકતો હોય. પરંતુ દરેક રોકાણકાર પૈસા તો ઇચ્છે છે છતાં પણ વાંચવા-લખવા અને સૂચનાઓ એકઠી કરવાથી બચવા ઇચ્છે છે. તે ઇચ્છે છે કે, સૂચનાઓ એકઠી કરવાની મહેનત કોઈ અન્ય કરે, આપણે ફક્ત નફો પ્રાપ્ત કરીએ.

લોકો મોટાં-મોટાં રોકાણકારોનાં બિચારા ડ્રાઇવરોની પાછળ પડ્યાં રહે છે કે, સાબજી ફોન પર કયા શેર વિશે વાત કરી રહ્યાં હતા. ડ્રાઇવરે થોડું સાંભળ્યું-થોડું નહીં - જે બતાવ્યું એની પાછળ લોકો દોડી પડ્યાં. જો ડ્રાઇવર એટલું જાણતો તો તે ખુદ શેઠ બનીને એક ડ્રાઇવર ના રાખી લેતો.

એક ટી.વી. ચેનલે એક વાર મોટા અને પ્રસિદ્ધ રોકાણકાર રાકેશ ઝુનઝુનવાલાથી પૂછ્યું કે, લોકો તમારા ડ્રાઇવરને પકડે છે કે, કયા શેરમાં પૈસા લગાવે. એમણે કહ્યું- તો ડ્રાઇવરને બોલાવીને પૂછો અને રોકાણ કરવાવાળાઓને તમે પકડો, પછી બતાવો કે, એમનામાંથી કેટલાં રાકેશ બન્યાં છે. કહેવાનો અર્થ છે કે, જો ઉત્તમ રોકાણકાર બનવું છે, અને જામીને કમાવું છે, તો ખૂબ સૂચનાઓ એકઠી કરવી પડશે, એમના

સાચા અર્થ પણ કાઢવા પડશે. આ સૂચનાઓની અલ્પ સમય, મધ્યમ સમય અને દીર્ઘકાળમાં શું અસર પડશે, એ પણ વિશ્લેષણ કરવું પડશે. ઇટાલીમાં જન્મેલા અને અમેરિકામાં જઈને વસેલા રોકાણકાર બર્નાર્ડ બારૂક કદાચ એ જ કહેવા ઇચ્છે છે કે, ખુદ મહેનત કરો. તમે જરા વિચારો, જેણે ૨૦ વર્ષ પહેલાં અંબાલાલ સારાભઆઈ અને બજાજ ઑટોના શેર ખરીદ્યાં હતા, એમનામાં અંબાલાલ સારાભાઈના શેરોની વેલ્યૂનો કોઈ અતા-પતા નથી, જ્યારે કે બજાજ ઑટો આજે કઈ જગ્યાએ ઊભી છે, એની બધાને જાણ છે. ધીરુભાઈ અંબાણીનું કહેવું હતું કે, સૂચના મેળવવા માટે કોઈ પણ કિંમત ચુકવવી પડે, તો અચકાઓ નહીં.

દુનિયાના સૌથી અમીર વ્યક્તિઓમાંથી એક ગણાતા વૉરેન બફેટે પોતાની કંપની બર્ક શાયર હેથવેની વાર્ષિક આવક બેઠકમાં અમીર બનવાનાં કેટલાક અચૂક સૂત્ર બતાવ્યા હતા, જે આ પ્રકારે છે :-

૧. બૉન્ડની તુલનામાં સ્ટૉકમાં રોકાણ કરવું વધારે ફાયદાકારક હોય છે. એમી નજરમાં અમેરિકા અને કોરિયામાં તમે દાવ લગાવી શકો છો, કેમ કે આ બંને દેશોમાં તેજી રહેશે. જોકે, અમેરિકી ડૉલર પર એમનો અભિપ્રાય સારો નથી.
૨. રોકાણ કરવાથી પહેલાં એ જાણી લો કે, જે કંપનીમાં તમે પૈસા લગાવવા જઈ રહ્યાં છો, એનું પ્રબંધન કેવું છે, એનો કારોબાર કેવો છે. તમે જે ભાવ પર શેર ખરીદી કે વેચી રહ્યા છો, શું તે યોગ્ય ભાવ છે. યોગ્ય ભાવને અનુભવથી જ જાણી શકાય છે.
૩. ખૂબ વાંચો, મન લગાવીને વાંચો. ખુદ વૉરેન બફેટ પોતાનો ૭૫ ટકા સમય વાંચવામાં સમય પસાર કરે છે. શેર બજાર, રોકાણ, અર્થવ્યવસ્થા, રાજનીતિ એટલે બધું જ વાંચો અને એમનું વિશ્લેષણ કરો.
૪. લાંબા સમયગાળા માટે રોકાણ કરો. આ અવધિ તેઓ દસ-પંદર વર્ષ માને છે. વૉરેન બફેટની પાસે ૧૯૮૦-૮૧માં જારી કોકાકોલાના શેર છે, તો વૉશિંગ્ટન પોસ્ટ, અમેરિકન એક્સપ્રેસના શેર પણ તેઓ ના વેચતા. દૈનિક કારોબારને તેઓ યોગ્ય નથી માનતા.
૫. શેર કે બૉન્ડ એવી કંપનીના હોવા જોઈએ, જે પોતાના ઉદ્યોગ અથવા સેવામાં નંબર વન હોય, તે અનોખા હોય, નફો કમાઈ રહ્યાં હોય અને એનો આકાર મોટો હોય.
૬. બજારમાં ગેમ્બલિંગ ના કરો એટલે કોઈ વાતની પાક્કી જાણકારી ન હોય, તો એ કંપની પર આથી દાવ ના રમો કે, તમારી પાસે પૈસા છે અને એને રોકાણ કરવા છે. એ ના વિચારો કે, ચલો પછી જોઈશું, એક વાર તો રિસ્ક

લઈ લીધું. તમને કોઈ વસ્તુની જાણ ના હોય, તો કોઈથી સલાહ લઈ લો.

એવું લાગે છે કે, જે વસ્તુ પર પણ 'સામાન્ય માણસ માટે'ની કલગી લાગી જાય છે, ભારતમાં એને બલ્લે-બલ્લે થઈ જાય છે. ભલે તે મારુતિ-૮૦૦ હોય અથવા પછી રિલાયન્સ ઇન્ફોકૉમનો મૉનસૂન હંગામા, જેમાં ૫૦૦ રૂપિયામાં વપરાશકારોને મોબઈલ આપવામાં આવ્યા. મજાન વાત એ છે કે, મ્યૂચ્યુઅલ ફંડ પણ આ શ્રેણીમાં આવે છે. સામાન્ય માણસને ઉતાર-ચઢાવ અને જોખમથી ભરેલા શેર બજારમાં રોકાણનો એક સુરક્ષિત વિકલ્પ ઉપલબ્ધ કરાવવાના ઉદ્દેશ્યથી શરૂ કરવામાં આવેલા મ્યૂચ્યુઅલ ફંડ આજે નાના રોકાણકારોનાં પસંદગીના વિકલ્પ બની ગયા છે. એની દેખ-રેખની જવાબદારી પેશેવર હાથોમાં હોય છે અને એનો ખર્ચ પણ અપેક્ષાકૃત ઓછો હોય છે. મ્યૂચ્યુઅલ ફંડ હવે ફક્ત છૂટક રોકાણકારોની પસંદ નથી રહી ગયા, બલ્કે બીજા રોકાણકાર પણ એની તરફ ખાસા આકર્ષિત થઈ રહ્યાં છે.

૧૯૬૩માં યૂનિટ ટ્રસ્ટ ઑફ ઇન્ડિયા બન્યા પછી ઉદ્યોગોએ તો કેટલાય નવા શિખર પ્રાપ્ત કર્યા. પરંતુ એમાં અસલી છલાંગ તો પાછલા કેટલાંક વર્ષોમાં જોવામાં આવી છે. જો આ ક્ષેત્રમાં લાગેલા ધન એટલે ઍસેટ્સ અંડર મેનેજમેન્ટ (એ.યૂ.એમ.)ના હિસાબથી જુઓ, તો માર્ચ ૨૦૦૩માં રોકાણ (૭૪૯ અબજ રૂપિયા)ના મુકાબલે નવેમ્બર ૨૦૦૭માં ૬.૭૭ ગણો વધારે (૫,૦૭૯ અબજ રૂપિયા) થઈ ગયો છે.

હવે સવાલ એ ઊઠે છે કે, આખરે એવું શું થઈ ગયું છે કે, કાચબાની ચાલથી ચાલવાવાળો ઉદ્યોગ આજે સસલાની જેમ ફલાંગો ભરવા લાગ્યો છે? કહી શકો છો કે, પ્રતિસ્પર્ધા એક મોટું કારણ રહી છે અને એની શરૂઆત આ ક્ષેત્રમાં ખાનગી ખેલાડીઓનાં પગ રાખવાથી થઈ.

૧૯૯૩માં ખાનગી ક્ષેત્રને એમાં રોકાણની મંજૂરી મળી અને આંકડાં સાક્ષી છે કે, ત્યારેથી એની પાછળ વળીને નથી જોયું. એમનો હિસ્સો અત્યંત વધતો ચાલ્યો ગયો. પોતાની પ્રગતિ દરમિયાન એમણે ઉદ્યોગને વધારે પ્રયોગવાદી હોવા અને સંપત્તિઓનાં નિર્માણ જેવાં ઘણાં બધાં નિયમ પણ શિખવ્યા. વિદેશી લેણ-દેણના માધ્યમથી રોકાણને આકર્ષિત કરવા, આંતરરાષ્ટ્રીય કંપનીઓની સાથે સંયુક્ત કારોબાર કરીને એમણે ભારતીય મ્યૂચ્યુઅલ ફંડ ઉદ્યોગને આંતરરાષ્ટ્રીય પરિદશ્યમાં લાવીને ઊભો કર્યો. એનાથી ભારતનો મ્યૂચ્યુઅલ ફંડ કારોબાર વૈશ્વિક સ્તરને સ્પર્શવા લાગ્યો.

ખાનગી ક્ષેત્ર ભારતીય બજારમાં કેટલાય નવા વિચારોની સાથે અવતરિત થયાં છે, જેમ કે - પ્રથમ ઓપન ઍન્ડેડ ફંડ ખાનગી ક્ષેત્ર અને પ્રથમ ગોલ્ડ ઈ.ટી.એફ.ની દેણ છે. આ પ્રકારના ઘમાં બધા નવા પ્રયોગ ખાનગી કંપનીઓનાં ખાતામાં જાય છે. ખાનગી કંપનીઓની સાથે કડા મુકાબલાને કારણે બજારમાં પોતાના પગ ટકાવી

રાખવા માટે સાર્વજનિક ક્ષેત્રોએ પણ પોતાની દક્ષતા વધારવી પડી. એનો ફાયદો આખરે રોકાણકારોને જ મળ્યો.

પોતાના ઉત્પાદનના વિશેષ રૂપથી નિર્માણની વિશેષતાને કારણથી રિયલ એસ્ટેટફંડ, એનર્જી ફંડ, સ્મૉલ કંપનીઝ ફંડ, ઇમર્જિંગ ફંડ અને કેટલાય પ્રકારના બીજા ફંડને કારણથી આ ક્ષેત્ર સતત સીડીઓ ચઢતું ચાલ્યું ગયું. ઑક્ટોબર ૨૦૦૩માં જ્યાં ૩૮૬ સ્કીમો હતી, ત્યાં આજે આ ઉદ્યોગની પાસે ૮૦૯ એવી શાનદાર સ્કીમો છે, જે લોકોને રોકાણનાં સુરક્ષિત અવસર ઉપલબ્ધ કરાવી રહી છે. એમાં આખરે આશ્ચર્યની કોઈ વાત નથી કે, રોકાણકાર પણ એમની તરફ ખેંચાઈને ચાલ્યા આવી રહ્યા છે. ખેર, અસલી વાત એ હોય છે કે, તમે આખરે કેટલું રોકાણ આકર્ષિત કર્યું? આ હિસાબથી વાત કરીએ, તો એમાં કોઈ શંકા નથી કે, ઇન્ડસ્ટ્રીનું તીર સચોટ નિશાના પર લાગ્યું છે. તમે એને માનો કે ના માનો, પરંતુ એ સત્ય છે કે, રિટર્નના માધ્યમથી મ્યૂચ્યુઅલ ફંડમાં રોકાણ કરવાવાળા રોકાણકાર ખિલતા રહે છે, કેમ કે એને પોતાના રોકાણ પર સોએ-સો ટકાનો નફો પણ મળ્યો છે. વર્ષ ૨૦૦૭ના કારોબાર પર જ નજર નાખીએ, તો ૧૦ મુખ્ય કંપનીઓએ ૮૦ ટકા સુધીનો નફો કમાયો છે. સૌથી સુંદર પ્રદર્શન રિલાયન્સ ડાયવર્સિફાઇડ પાવર સેક્ટર ફંડનું રહ્યું છે, જેણે ૧૧૨ ટકા સુધીનો શાનદાર નફો કમાયો છે. એનો સીધો અર્થ એ થયો કે, ૧૨ મહીના પહેલાં જે રોકાણકારે ૧૦,૦૦૦ રૂપિયાનું રોકાણ કર્યું હતું, તે આજે ૨૧,૨૦૦ થઈ ચુક્યું છે.

એવું ફક્ત રિલાયન્સના મામલામાં જ નથી થયું. છેલ્લાં કેટલાંક વર્ષોમાં દરેક ફંડથી લગભગ ૧૦૦ ટકાનો નફો જોવા મળ્યો છે. લાંબા સમયના અંતરાલમાં અક્વિટી આધઆરિત મ્યૂચ્યુઅલ ફંડે પણ ખાસો લાભ આપ્યો છે.

સૌથી સુંદર પ્રદર્શન કરવાવાળા રિલાયન્સ ડાયવર્સિફાઇડ પાવર સેક્ટર ફંડ માટે જો પાછલાં ત્રણ વર્ષોના નફા પર નજર નાખીએ, તો એ ૮૭.૮૦ ટકા અને ૮૮.૮૧ ટકા છે. એનો અર્થ છે કે, જે લોકોએ બે અને ત્રણ વર્ષ પહેલાં ૧૦,૦૦૦ રૂપિયાનું રોકાણ કર્યું હતું, આજે એમની રકમ વધીને ૩૫,૨૭૦ અને ૬૭,૩૧૦ રૂપિયા સુધી જઈ પહોંચી છે.

છેલ્લાં બે વર્ષના નફાની ગણનાનાં હિસાબથી જુઓ,તો આઈ.સી.આઈ.સી.આઈ.પ્રુડેન્શિયલ ઇન્ફ્રાસ્ટ્રક્ચરમાં લગાવવામાં આવેલા ૧૦,૦૦૦ રૂપિયા વધીને ૩૦,૮૦૭ રૂપિયા થઈ ચુક્યા છે, જ્યારે કે ટૉરસ સ્ટારશેરમાં આ જ રકમ વધીને ૪૮,૭૮૪ થઈ ચુકી છે. મોટાભાગે ઈક્વિટી આધારિત મ્યૂચ્યુઅલ ફંડ યોજનાઓએ આશાથી વધારે નફો આપ્યો છે.

ભારતીય ઈક્વિટી બજારમાં આવેલી ઐતિહાસિક છલાંગે મ્યૂચ્યુઅલ ફંડમાં રોકાણ કરવાવાળા રોકાણકારોને બેશુમાર લાભ આપ્યો છે, પરંતુ આ ફક્ત સિક્કાનું એક પાસું છે. બજારમાં તેજીના કારણથી ફક્ત ઈક્વિટી આધારિત રોકાણને જ તગડો ફાયદો મળ્યો છે, જ્યારે કે ડેલ્ટ ફંડ કેટેગરીમાં રોકાણ કરવાવાળાઓને કશું ખાસ પ્રાપ્ત નથી થયું.

છેલ્લાં એક વર્ષના રિટર્ન પ્રમાણે કેનેરા રોબેકા સી.આઈ.જી.ઓ. ગ્રોથ ફંડે ખૂબ જ મુશ્કેલથી ૨૨.૦૬ ટકાનો લાભ આપ્યો છે. ઍસ્કૉટ્ર્સ ઈનકમ બૉન્ડે ૧૯.૬૬ ટકાનો લાભ આપ્યો છે. જો લાંબા અંતરાલ પર આંકડાઓની તુલના કરવી હોય, તો પાછલા ત્રણ વર્ષના લાભ પર નજર નાખવી પડશે. આ અવધિમાં ઍસ્કૉટ્ર્સ ઈનકમ બૉન્ડે ૨૦.૬૪ ટકાનું રિટર્ન જ આપ્યું છે. વ્યાજ દરોમાં ઉતાર-ચઢાવના કારણથી પણ રોકાણકારોને પરેશાની થતી રહી છે.

અત્યારે મ્યૂચ્યુઅલ ફંડ ઉદ્યોગને અન્ય એક સમસ્યાનો સામનો કરવો પડી રહ્યો છે. કેટલાય વિશ્લેષક માને છે કે, આ અન્ય કશું નથી, બલ્કે સ્પેશ્યલાઇઝ્ડ ફંડનો ઓવરફ્લો છે. જે તેજીથી સ્પેશ્યલાઇઝ્ડ ફંડ ઊંચાઈઓ સ્પર્શી રહ્યાં છે, એનો અંદાજો એ વાતથી લગાવી શકાય છે કે, ૧૧ નવા ઈક્વિટી ફંડમાંથી ૧૦ સ્પેશ્યલાઇઝ્ડ ફંડ માટે હતા.

એક આવક ઈચ્છતા રોકાણકાર માટે આ ચિંતાનો વિષય બની ગયો છે. પાછલા રોકાણકાર પૂરી રીતે ફંડ મેનેજર પર આશ્રિત રહેતા હતા અને જોખમથી લઈને યોગ્ય જગ્યા પર રોકાણ જેમ કે નિર્ણય ફંડ મેનેજર લેતો હતો. આજે રોકાણકાર ખુદ એમાં રસ લેવા લાગ્યો છે. ખૂબ વધારે સ્પેશ્યલાઇઝ્ડ ફંડ આવવાને કારણે આજે રોકાણકાર માટે એ જરૂરી થઈ ગયું છે કે, દરેક ફંડથી જોડાયેલાં જોખમ અને બીજા પાસાઓને ઝીણવટથી સમજે, કેમ કે દરેક ફંડનો સંબંધ કોઈ ખાસ ક્ષેત્રથી હોય છે. એવામાં જો રોકાણકારને નિર્ણય લેવાનો છે અને એને એવું લાગે છે કે, આખું બજાર જ જોખમથી ભરેલું છે, તો તે એક પ્રશિક્ષિત રોકાણકારની જેમ વિચારવાનું શરૂ કરે છે. એવામાં એને સીધા ઈક્વિટી માર્કેટમાં રોકાણ વધારે ફાયદાકારક સોદો લાગે છે. આખરે ભવિષ્યમાં આ જ રોકાણ વધારે કમાણીનું માધ્યમ બનશે. ઉદાહરણ માટે સૌથી ઉત્તમ રિટર્ન આપવાવાળા રિલાયન્સ ડાયવર્સિફાઇડ પાવર સેક્ટર ફંડે એક વર્ષમાં ૧૧૨ ટકાનો નફો આપ્યો છે. એના રોકાણે જિંદલ સ્ટીલ એન્ડ પાવર લિમિટેડ અને રિલાયન્સ ઍનર્જી લિમિટેડના મુકાબલે લગભગ બમણી કમાણી કરી છે.

આથી એમાં કોઈ શંકા નથી કે, બંને તરફ ફંડના નામની સાથે મ્યૂચ્યુઅલ ફંડની

કલગી જોડાયેલી હોય તો છે, પરંતુ એમાં રોકાણ પછી નિર્દેશકને પ્રાપ્ત થવાવાળા લાભમાં જમીન-આકાશનો ફરક છે. કસ્ટમાઈઝેશનનાં નામ પર રોકાણકાર જે પ્રકારની દુવિધામાં નજર આવે છે, એનાથી સ્પષ્ટ છે કે, મ્યૂચ્યુઅલ ફંડમાં રોકાણ કરીને પૈસા બનાવવા માટે દિમાગી ઘોડાને સરપટ દોડવું અત્યંત જરૂર છે.

૧૭

સમજી-વિચારીને રોકાણ કરો

તમારે કોઈ કંપનીના શેરોમાં રોકાણ કરવું છે, તો ફક્ત કંપનીના આંકડાઓ પર ના જાઓ. આ આંકડાં કેટલાય પ્રકારની અંતર્નિહિત તરકીબોનાં માધ્યમથી વધારે આકર્ષક બનાવી શકાય છે. જોકે, એવું હંમેશાં નથી થતું પરંતુ થોડી વધારાની સાવધાની વર્તવાથી તમારા માટે નુકસાનની આશંકા ઓછી થઈ જાય છે. તમારે કંપનીના પ્રદર્શન સંબંધી આંકડાઓની સાથે એના પ્રબંધન અને કૉર્પોરેટ ગવર્નેન્સના પાસાઓ પર ગંભીરતાપૂર્વક વિચાર કરીને નિર્ણય લેવો જોઈએ કેમ કે ઉપલબ્ધ ઉદાર આર્થિક વાતાવરણ પર આ જ બિંદુઓ પર કંપનીનું ભવિષ્ય નિર્ભર રહેશે.

એક રોકાણકર્તાના રૂપમાં તમારા માટે એ ખૂબ જ જરૂરી છે કે, તમે જ્યાં પણ રોકાણ કરો, પૂરી રીતે સુરક્ષિત થાઓ અને એમાં અન્ય રોકાણકર્તાઓનો વિશ્વાસ હોવો જોઈએ.

આજે બજારમાં એવી કેટલીય કંપનીઓ છે, જેમના અસ્તિત્વનું નજીકના ભવિષ્યમાં કોઈ ઠેકાણું નહીં રહે. આથી, પોતાની મૂડીનો સાચી જગ્યાએ ઉપયોગ કરવા માટે એક રોકાણકર્તા હંમેશાં દુવિધામાં રહે છે કે, આ રોકાણ માટે સાચી કંપનીની પસંદગી કેવી રીતે કરાય.

રોકાણના ભવિષ્ય માટે એ ખૂબ જરૂરી છે કે, એને રોકાણ કરવાવાળાઓને કોઈ પણ પગલાં ઉઠાવવાથી પહેલાં પોતાની સામે ઉપલબ્ધ વિભિન્ન વિકલ્પોને સારી રીતે પરખી લેવા જોઈએ. રોકાણકર્તાઓને પોતાની તરફ ખેંચવા માટે કંપનીઓ પોતાના આંકડાઓને આકર્ષક બનાવી શકે છે. આથી એ ખૂબ જરૂરી છે કે, રોકાણકાર ફક્ત આંકડાઓથી પ્રભાવિત ન થઈને કંપનીના પ્રબંધન, દૂર-દૃષ્ટિ અને બીજી યોજનાઓ પર નજર રાખીને રોકાણ કરે.

જો તમે કોઈ તૂટી રહેલા પ્રબંધનને પોતાના પૈસા સોંપશો, તો તમને એના ડૂબવાનો ડર હંમેશાં લાગ્યો રહેશે. એની સાથે-સાથે જો તમને લાગે છે કે, કંપનીમાં કોઈ ઘપલો થયો છે અથવા થવાની આશંકા છે, તો પોતાનું રોકાણ પાછું લેવામાં જ

હોંશિયારી છે. કંપની અને રોકાણકારની વચ્ચે વિશ્વાસની કમીથી રોકાણના ડૂબવાનું જોખમ જળવાઈ રહે છે. એના સિવાય કંપનીની વાર્ષિક રિપોર્ટ અને એના નિર્દેશકો વિશે પણ જાણકારી રાખવી જરૂરી છે. આ બંને વસ્તુઓ કંપનીની પ્રતિષ્ઠા અને એના પ્રદર્શનથી જોડાયેલી હોય છે. જો એ રિપોર્ટ કે નિર્દેશકોમાં કોઈ ત્રુટિ કે વિવાદ નજરે આવે, તો આ કંપનીનાં રોકાણકાર માટે નુકસાનનો સોદો થઈ શકે છે. આથી, રોકાણકારને રોકાણ કરવાથી પહેલાં કંપનીના પ્રબંધન, પ્રતિષ્ઠા અથવા એમાં કોઈ પ્રકારના વિવાદનું સૂક્ષ્મ-નિરીક્ષણ કરવું જોઈએ.

ફાયદામંદ ખરીદી

મ્યૂચ્યુઅલ ફંડ રોકાણનું એવું માધ્યમ છે, જેના વિશે રોકાણકારોની વચ્ચે ઉલઝન રહી છે.રોકાણકાર ઊંચી નેટ ઍસેટ વેલ્યૂ (એન.એ.વી.)વાળી સ્કીમાને બદલે સમ મૂલ્ય (એટ પાર)વાલી સ્કીમોને વધારે પસંદ કરે છે. રોકાણકાર ઊંચી એન.એ.વી.વાળી સ્કીમોને મોંઘી સમજે છે. એના ચાલતા મ્યૂચ્યુઅલ ફંડ કંપનીઓને આઈ.પી.ઓ. મૂલ્ય પર નવી સ્કીમો લાવવી પડે છે. પરંતુ સત્ય એ જ નથી. ૧૦ રૂપિયાની એન.એ.વી.નું તાત્પર્ય એ નથી કે, મ્યૂચ્યુઅલ ફંડ સ્કીમ સસ્તી છે. એ જ પ્રકારે ઊંચી એન.એ.વી.વાળી સ્કીમ જરૂરી નથી કે, મોંઘી જ હોય. અન્ય વસ્તુઓનું સમાન રહેવા પર ક્ષમતાના પ્રદર્શનના ચાલતા ઊંચી એન.એ.વી.વાળી સ્કીમને રોકાણનું ઉત્તમ માધ્યમ માની શકાય છે.

ટકાવારીનું અંતર માનક છે

તમે એ વાતથી સંમત થશો કે, રિટર્ન ભવિષ્યની આશાઓ પર આધારિત હોય છે. ભૂતમાં કોઈ પ્રકારનો બદલાવ શક્ય નથી, આથી સર્વાધિક મહત્ત્વપૂર્ણ છે- ભવિષ્ય. ફંડ મેનેજરોની યોગ્યતા સમાન માની લો, તો એન.એ.વી.માં ટકાવારી અંતર એક સમાન હોવું જોઈએ. જો પોર્ટફોલિયોના બજાર મૂલ્યમાં ૫૦ ટકાની વૃદ્ધિ થાય છે, તો ૧૦ રૂપિયાની એન.એ.વી.ની કિંમત ૧૫ રૂપિયા તેમજ ૪૦ રૂપિયા એન.એ.વી.ની કિંમત ૬૦ રૂપિયા થઈ જશે. સંખ્યાને બદલે ટકાવારીમાં થવાવાળા પરિવર્તન પર ધ્યાન આપવું જોઈએ.

અહીંયા આપણે બે સ્કીમોની વચ્ચે તુલના કરીએ છીએ. પ્રથમ સ્કીમ સમ મૂલ્યવાળી છે, જેમાં એન.એ.વી. ૧૦ રૂપિયા છે. બીજી સ્કીમ ઊંચા એન.એ.વી.વાળી છે, જેની એન.એ.વી. ૫૦ રૂપિયા છે. માની લો, એક વર્ષમાં બંને સ્કીમોનું પ્રદર્શન સમાન રહે છે તેમજ બંને સમાન દરથી વધે છે. માની લો, તમે ૧૦ લાખ રૂપિયાનું રોકાણ કરવા ઇચ્છો છો. તમે પ્રથમ સ્કીમની પસંદગી કરશો

અથવા બીજી સ્કીમની! ધ્યાન આપવા પર તમે જોશો કે, કોઈ પણ સ્કીમમાં રોકાણ પર સમાન લાભ પ્રાપ્ત થાય છે. એનું કારણ એ છે કે, બંને સ્કીમોમાં ટકાવારીના મામલામાં એક સમાન દરથી વૃદ્ધિ થાય છે. એક સ્કીમની એન.એ.વી. સમ મૂલ્ય પર છે,જ્યારે કે બીજીની એન.એ.વી. પાંચ ગણી અધિક છે.

વસ્તુતઃ પહેલાંથી ઉપલબ્ધ સ્કીમનો એક ફાયદો એ છે કે, એની સાથે પ્રદર્શિત ક્ષમતા જોડાયેલી હોય છે. જોકે, બધી એમ.એફ. સ્કીમોનાં ઑફર ડૉક્યૂમેન્ટમાં વૈધાનિક ચેતાવણી આપવામાં આવી હોય છે કે, અત્યાર સુધીનું પ્રદર્શન ભવિષ્યમાં થવાવાળા રિટર્નની ગેરંટી નથી. પરંતુ કુશળ રોકાણકાર આ વાતને સારી રીતે જાણે છે કે, નાણાંકીય બજારમાં ઇતિહાસને નજરઅંદાજ કરવો આત્મહત્યા કરવા સમાન છે.

ઉચ્ચ એન.એ.વી., સીમા નથી

ઊંચી એન.એ.વી.વાળી સ્કીમો વિશે લોકો સમજે છે કે, સ્કીમ પોતાના ઉચ્ચતમ સ્તર પર પહોંચી ચુકી છે. એનાથી તો એ નિષ્કર્ષ કાઢી શકાય છે કે, સમમૂલ્યથી ઓછી કિંમતવાળી સ્કીમોનું ઉત્તમ પ્રદર્શન હજુ થવાનું બાકી છે એ આ એના ખરીદદારી યોગ્ય હોવાનો સંકેત કરે છે, પરંતુ સત્ય એ નથી. ઊંચી એન.એ.વી.વાળી સ્કીમોની સાથે આ ચિંતા જોડાયેલી હોય છે કે, એવી સ્કીમોનાં પોર્ટફોલિયોમાં જે સ્ટૉક હોય છે, એમની ઉપર જવાની શક્યતા સીમિત હોય છે. હકીકત એ છે કે, એમ.એફ. પોર્ટફોલિયો ગતિશીલ પ્રવૃત્તિના હોય છે. સમય અને સ્થિતિ અનુસાર પોર્ટફોલિયોથી સંબંધિત નિર્ણય લેવામાં આવે છે. એમ.એફ. સ્કીમોનું ત્રિ-માસિક પ્રદર્શન જોવા પર આ વાતની પુષ્ટિ કરવામાં આવે છે.

આંકડાઓનાં આધાર પર નિર્ણય

સેબી દ્વારા કામકાજમાં પારદર્શિતા લાવવા પર બળ આપવાને કારણે મોટાભાગની એમ.એફ. સ્કીમો પોતાના રોકાણકારોને ત્રિ-માસિક રિપોર્ટ મોકલે છે. કેટલીક તો પોતાના રોકાણકારોને માસિક રિપોર્ટ પણ મોકલે છે. એનાથી રોકાણકારોને ઉપલબ્ધ પોર્ટફોલિયોનાં આધાર પર સ્કીમના ભવિષ્ય વિશે નિર્ણય લેવામાં સહાયતા મળે છે. તમે સ્કીમથી નિકળવા વિશે પણ નિર્ણય લઈ શકો છો. આંકડાઓનાં આધાર પર નિર્ણયની સુવિધા ઉપલબ્ધ સ્કીમો પર જ શક્ય છે. સમ મૂલ્ય સ્કીમોની બાબતમાં આંકડાઓનો લાભ નથી ઉઠાવી શકાતો.

એમ.એફ. સ્કીમોથી અધિકતમ લાભ સુનિશ્ચિત કરવા માટે જરૂરી કે, તમે નાની-નાની ભૂલો કરવાથી બચો. એમ.એફ., આઈ.પી.ઓ. ખાસ કરીને ડાયવર્સિફાઇડ

ઇક્વિટી સ્કીમોનાં આઈ.પી.ઓ. નવી બોટલમાં જૂની દારૂની સમાન છે. નવા નામથી સ્કીમના પ્રદર્શનનો કોઈ સંબંધ નથી હોતો. એમ.એફ. સ્કીમોથી અધિકતમ લાભ અર્જિત કરવા માટે તમારે છેલ્લાં ત્રણથી પાંચ વર્ષોમાં નિરંતર રિટર્ન આપવાવાળી વિભિન્ન સ્કીમોથી યોગ્ય સ્કીમની પસંદગી કરવી ઉત્તમ થશે. મ્યૂચ્યુઅલ ફંડના મામલામાં પણ આ કહેવત યોગ્ય પ્રતીત થાય છે કે, ઓલ્ડ ઇઝ ગોલ્ડ.

એસ.આઈ.પી. (Systematic Investment Plan)

શેરોમાં રોકાણના ઇચ્છુક લોકો માટે સૌથી મોટો સવાલ એ છે કે, શેર બજારમાં પ્રવેશનો યોગ્ય સમય શું છે. સૂચકાંકની ગિરાવટની સ્થિતિમાં એ મહેસૂસ થાય છે કે, આ નીચા સ્તર પર છે તેમજ એમાં વધારે કમી આવી શકે છે. સૂચકાંકના સારા સ્તર પર હોવા તેમજ શેરોમાં મજબૂતીના સમયે એવું લાગે છે કે, મજબૂતી લાંબા સમય સુધી જળવાઈ નથી રહી શકતી. કોઈને ખબર નથી કે, તેજીનો સમય ક્યારે સમાપ્ત થશે અને બજારમાં ગિરાવટ શરૂ થઈ જશે. એવા સવાલોનાં ચાલતા કોઈ એવો સમય નથી દેખાતો, જેને રોકાણ માટે અનુકૂળ માનવામાં આવે.

સામાન્ય રીતે એ જોવામાં આવ્યું છે કે, રોકાણકાર મંદીને બદલે બજારમાં તેજી દરમિયાન પ્રવેશ કરવાનું પસંદ કરે છે. જ્યારે શેરોનાં મૂલ્યમાં મજબૂતી આવી રહી હોય છે, તો રોકાણ કરવાનું સારું માનવામાં આવે છે. પરંતુ એની પાછળ કોઈ નક્કી તર્ક નથી. હકીકત એ છે કે, રોકાણના યોગ્ય સમયને લઈને કોઈ નક્કી નિયમ નથી તેમજ કોઈ એવો સિદ્ધાંત નથી, જેની સફળતાની ગેરંટી હોય. કોઈ પણ સમય રોકાણ કરવાથી કેટલાય એવા માનક છે, જેમના પર ધ્યાન રાખવુંજરૂરી હોય છે. કેટલીય એવી તક આવે છે, જ્યારે રોકાણકાર નિચલા સ્તર પર ખરીદારી કરવામાં ઊંચા સ્તર પર વેચવાલીમાં સફળ થઈ જાય છે. પરંતુ એવું સંયોગવશ થાય છે, એમાં રોકાણકારની કુશળતાનું વધારે યોગદાન નથી થતું.

એનો અર્થ એ ના લગાવવો જોઈએ કે, સમસ્યાનું કોઈ નિરાકરણ નથી તેમજ રોકાણ સંયોગ પર નિર્ભર કરે છે. તમે ઇક્વિટી આધારિત સ્કીમોમાં રોકાણ કરવા ઇચ્છો છો, એનો અર્થ એ છે કે, તમે આ તથ્યથી પૂરી રીતે પરિચિત છો કે, દીર્ઘકાળમાં રિટર્નના મામલામાં ઇક્વિટીએ અન્ય રોકાણ માધ્યમોને પાછળ છોડી દીધા છે. આથી કેમ ના નિરંતર આધાર પર તેમજ વ્યવસ્થિત રૂપથી રોકાણ કરીએ અને શેર બજારના સૂચકાંક પર વધારે ધ્યાન ના આપો. સૂચકાંકના સ્તર પર ધ્યાન આપ્યા વગર નિરંતર રોકાણ કરવાને 'રૂપી કૉસ્ટ ઍવરેજિંગ' કહેવામાં આવે છે.

મ્યૂચ્યુઅલ ફંડના મામલામાં રૂપી કૉસ્ટ ઍવરેજિંગની રણનીતિને સિસ્ટમેટિક ઇન્વેસ્ટમેન્ટ પ્લાન (એસ.આઈ.પી.)ના માધ્યમથી વ્યવહારમાં લાવવામાં આવે છે. જોકે, મ્યૂચ્યુઅલ ફંડની બધા પ્રકારની સ્કીમો પર એસ.આઈ.પી. ઉપલબ્ધ છે, પરંતુ ઇક્વિટી સ્કીમોનાં મામલામાં આ અધિક પ્રભાવકારી છે. એસ.આઈ.પી.ના માધ્યમે ગિરાવટની સ્થિતિમાં તમને વધારે યૂનિટો ખરીદવા તેમજ તેજીની સ્થિતિમાં તમને ઓછી યૂનિટો ખરીદવાની તક મળે છે. આ પ્રકારે તમે સરેરાશ ખરીદ કિંમત પર રોકાણ કરો છો.

એસ.આઈ.પી.ની કાર્ય પ્રણાલી

સામાન્ય રીતે રોકાણકાર કોઈ સ્કીમની ચાલી રહેલી એન.એ.વી. પર એક નિશ્ચિત રકમનું રોકાણ કરે છે. પૂરું રોકાણ એક જ વારમાં કરવાનું હોય છે. જોકે, એસ.આઈ.પી.ના મામલામાં રોકાણકારે પૂર્વ નિર્ધારિત રકમનું રોકાણ એક નિશ્ચિત સમયાંતરાલ પર કરવાનું હોય છે.

રૂપી કૉસ્ટ ઍવરેજિંગ અંતર્ગત રોકાણકારને કિંમતો ઓછી થવા દરમિયાન આપમેળે વધારે યૂનિટો તેમજ ઊંચી કિંમતો દરમિયાન ઓછી યૂનિટો ખરીદવાની તક મળે છે. એન.એ.વી.નું સ્તર જે પણ હોય, પ્રત્યેક મહીને એક નિશ્ચિત રકમનું રોકાણ કરવામાં આવે છે. ક્યારેક ઓછી તો ક્યારેક વધારે યૂનિટો ફાળવવામાં આવે છે. જો, રોકાણકાર ગિરાવટની સ્થિતિમાં રોકાણ વધારી દે છે, તો રૂપી કૉસ્ટ ઍવરેજિંગની રણનીતિ વધારે અસરકારક સાબિત થઈ શકે છે. એનાથી સરેરાશ ખર્ચમાં કમી આવશે, જેનાથી રિટર્નમાં વૃદ્ધિ થશે.

મોટાભાગના મ્યૂચ્યુઅલ ફંડ ૫૦૦ રૂપિયાના રોકાણથી એસ.આઈ.પી.માં રોકાણની સુવિધા આપે છે. એનાથી નાના રોકાણકારો માટે રોકાણ કરવું સરળ થઈ જાય છે. સ્કીમ લેવાથી પહેલાં રોકાણકારે એ નક્કી કરવું પડે છે કે, એની રોકાણ રકમ શું હશે અથવા સમયાંતરાલ (જેમ કે માસિક કે ત્રિ-માસિક) શું હશે? એ નક્કી થવા પર રોકાણકાર મ્યૂચ્યુઅલ ફંડને પોસ્ટ ડેટેડ ચેક સોંપી દે છે. માસિક આધાર પર રોકાણનો વિકલ્પ વધારે અસરકારક છે, કેમ કે આ ત્રિ-માસિક રોકાણની તુલનામાં બજારના ઉતાર-ચઢાવથી ફાયદો ઉઠાવવાની ત્રણ ગણી તક આપે છે. એસ.આઈ.પી.માં કોઈ લૉક-ઇન પીરિયડ નથી હોતો. તમે કોઈ પણ સમયે એસ.આઈ.પી.ને સ્થગિત કરી શકો છો. મ્યૂચ્યુઅલ ફંડ દ્વારા તમારા બાકી બચેલા ચેક પાછા કરી દેવામાં આવશે. એસ.આઈ.પી.સ્કીમ માટે મ્યૂચ્યુઅલ ફંડ કોઈ એન્ટ્રી

લોડ નથી લેતાં. આ વાતને ધ્યાન રાખો કે, એસ.આઈ.પી. દીર્ઘકાલીન રોકાણકારો માટે વધારે અનુકૂળ છે. પગારથી આવક પ્રાપ્ત કરવાવાળા લોકો માટે પણ એસ.આઈ.પી. લાભદાયક સાબિત થઈ શકે છે. શેર બજારમાં રોકાણના ઇચ્છુક લોકો માટે જે બજારની ઝીણવટતાઓની સમજ નથી રાખતા, એમના માટે એસ.આઈ.પી. સારો વિકલ્પ સાબિત થઈ શકે છે.

યોજનાની પસંદગી

મ્યૂચ્યુઅલ ફંડમાં રોકાણ અપેક્ષાકૃત જોખમ રહિત માનવામાં આવે છે. તેમ છતાં એમાં નુકસાનની શક્યતાથી મનાઈ નથી કરી શકાતી. જો તમે મ્યૂચ્યુઅલ ફંડ યોજનાની પસંદગી ફક્ત એ જ આધાર પર કરી છે કે, એનું શુદ્ધ પરિસંપત્તિ મૂલ્ય (એન.એ.વી.) અંકિત મૂલ્યથી ઓછું છે, તો તમે ભૂલ કરી રહ્યાં છો. શક્ય છે, એ યોજનાના પોર્ટફોલિયોમાં સામેલ કંપનીઓના કારણથી તમારું રોકાણ ફાયદાકારક સાબિત ના થાય. કેટલાંક મ્યૂચ્યુઅલ ફંડ પોતાની યોજનાઓ એવા સમયે લૉન્ચ કરે છે, જ્યારે બજાર શિખર પર હોય છે. એવા સમયમાં યોજનાનું એક યૂનિટ ફેસ વેલ્યૂ પર વેચાઈ રહ્યું હોય છે. યોજના તો સારી હોઈ શકે છે, પણ બજારની નીચે જતાં જ યોજનાની એન.એ.વી. લુઢકી જાય છે અને તમે અફસોસ કરવા લાગો છો.

મ્યૂચ્યુઅલ ફંડના નુકસાનદાયક ચક્રવ્યૂહથી બચી નિકળવાના કેટલાંક નક્કર ઉપાય આ પ્રકારે છે :

જે યોજનામાં રોકાણથી નુકસાન થઈ રહ્યું છે, એમાં હજુ વધારે રોકાણ કરો

તમે મ્યૂચ્યુઅલ ફંડની કોઈ યોજનામાં રોકાણ કર્યું અને એની એન.એ.વી. ઘટી ગઈ. કૉસ્ટ ઍવરેજિંગ મેથડથી નુકસાન ઓછું કરવા માટે લાભ કમાવા માટે તમારે એ જ યોજનામાં ફરીથી રોકાણ કરવું જોઈએ. એક ઉદાહરણ લો. માની લો, તમે યૂ.ટી.આઈ.ના લાર્જ કેમ્પ ફંડની યૂનિટોમાં ૧૦ હજાર રૂપિયાનું રોકાણ કર્યું છે. રોકાણ કરતાં સમયે ફંડની એન.એ.વી. ૧૦ રૂપિયા હતી, જે પછીથી ઘટીને ૮ રૂપિયા રહી ગઈ. વિશેષજ્ઞો અનુસાર તમારે ૮ રૂપિયાના હિસાબથી ૧૦ હજાર રૂપિયા (જેટલાં વધારે થઈ શકે)નું રોકાણ એ જ સ્કીમમાં ફરીથી કરવું જોઈએ. એવું કરવાથી તમારા દ્વારા ખરીદવામાં આવેલી યૂનિટનું સરેરાશ મૂલ્ય થશે ૮.૮૮ રૂપિયા. હવે જો સ્કીમની એન.એ.વી. વધીને ૯ રૂપિયા પણ થઈ ગઈ, તો તમે ફાયદામાં રહેશો.

બજારના વલણને ધ્યાનમાં રાખીને બીજી યોજનામાં સ્વિચ ઓવર કરો

અર્થવ્યવસ્થાને જોતાં મ્યૂચ્યુઅલ ફંડની વિભિન્ન યોજનાઓનાં આકર્ષણમાં ઉતાર-ચઢાવ આવતો રહે છે. જો તમારા દ્વારા રોકાણ કરવામાં આવેલી યોજનાની એન.એ.વી. નથી વધી રહી, તો તમે કોઈ બીજી યોજનામાં સ્વિચ ઓવર કરી શકો છો. એના માટે વિશેષજ્ઞોની સલાહ લો.

માની લો, તમે આઈ.જી.આઈ.જી.આઈ.ના ટેક્નોલૉજી ફંડમાં રોકાણ કર્યું હતું અને એની એન.એ.વી. વધવાનું નામ નથી લઈ રહી. તમે ઇચ્છો, તો બજારના વલણને ધ્યાનમાં રાખીને આઈ.જી.આઈ.જી.આઈ.ની બીજી યોજના એફ.એમ.જી.જી. ફંડમાં સ્વિચ ઓવર કરી શકો છો. સ્વિચ ઓવરમાં સૌથી મોટો ફાયદો એ છે કે, તમારે યોજનાથી બહાર નિકળતા સમયે ઍક્ઝિટ લોડ નથી આપવો પડતો.

સ્વિચ ઓવર કરતાં સમયે પોતાના રિસ્ક પ્રોફાઈલ અને જરૂરિયાતોને નજરઅંદાજ ન કરો. ઉદાહરણ માટે, ગવર્નમેન્ટ સિક્યોરિટી ફંડથી પેટ્રો ફંડમાં સ્વિચ ઓવર તમારા રિસ્ક પ્રોફાઇલના વિપરીત હોઈ શકે છે. કેમ કે જી-સેક ફંડમાં રિસ્ક ના બરાબર છે, જ્યારે પેટ્રો ફંડ હાઈ રિસ્ક ફંડ છે.

લાભાંશની લાલચમાં રોકાણથી બચો

સામાન્ય રીતે મ્યૂચ્યુઅલ ફંડ સંસ્થા કોઈ યોજનાના રોકાણકારો માટે લાભાંશની ઘોષણા કરતાં સમયે એક કટ ઑફ ડેટ નક્કી કરે છે અને કટ ઑફ ડેટ સુધી રોકાણ કરાવવાળાં બધા રોકાણકારોને લાભાંશ પ્રદાન કરે છે. મ્યૂચ્યુઅલ ફંડના ચક્રવ્યૂહમાં ફસાવાનો આ સોનેરી ફંદો છે. લાભાંશની લાલચમાં ના ફસાઓ. રોકાણ કરવાથી પહેલાં ફંડનો પોર્ટફોલિયો જરૂર તપાસી લો.

ઇક્વિટી સ્કીમોમાં રોકાણ લાભપ્રદ

વ્યાજ દરો તેમજ ફિક્સ્ડ ઇન્કમ ઇન્સ્ટ્રૂમેન્ટની કિંમતોમાં વિપરીત સંબંધ હોય છે. અર્થવ્યવસ્થામાં જ્યારે સામાન્ય રૂપથીવ્યાજ દરોમાં વૃદ્ધિ થાય છે, તો નિશ્ચિત આવક અર્જિત કરવાવાળા ઇન્સ્ટ્રૂમેન્ટની કિંમતોમાં કમી આવે છે અને વ્યાજ દરોમાં કમીની સ્થિતિમાં ઇન્સ્ટ્રૂમેન્ટની કિંમતો વધે છે. બજારમાં ચાલી રહેલાં દરો અનુસાર પોર્ટફોલિયોને સમાયોજિત કરવાને 'માર્ક ટૂ માર્કેટ' કહેવામાં આવે છે. ઉદાહરણ માટે માની લો કે, મ્યૂચ્યુઅલ ફંડની વર્તમાન એન.એ.વી. ૧૦ રૂપિયા છે અને કુલ

ફંડ ૧૦૦૦ કરોડ રૂપિયા છે. એનો અર્થ એ છે કે, જો ફંડ સ્કીમની પૂરી સંપત્તિ વેચી દે છે તેમજ રાશિ સમાન રૂપથી યૂનિટ હોલ્ડરોમાં વિતરિત કરી દે છે, તો એમને પ્રતિ યૂનિટના હિસાબથી ૧૦ રૂપિયા મળશે. હવે માની લો, વ્યાજ દર ૬ થી કથળીને ૫.૪ ટકા પર આવી જાય છે. તમે જલ્દીથી સ્કીમમાં એક લાખ રૂપિયા રોકાણ કરવા ઈચ્છશો. માની લો, ફંડની કુલ રકમ ૬ ટકાના સરેરાશ દરથી રોકાણ કરવામાં આવી છે. જો ફંડ ૧૦ રૂપિયાની વર્તમાન એન.એ.વી. પર યૂનિટ વેચે છે, તો તમને ૧૦,૦૦૦ યૂનિટ ફાળવવામાં આવશે. એનાથી તમને ખૂબ વધારે ફાયદો થશે. ૬ ટકાના ઊંચા દરથી લાભમાં તમારી ભાગીદારી થશે, જોકે, ફંડે તમારા એક લાખ રૂપિયાના રોકાણને ૫.૪ ટકાના ઓછા દર પર જ રોકાણ કરવા માટે બાધ્ય થવું પડશે. આ પ્રકારે જ્યારે વ્યાજ દરમાં કમી થાય છે અને એન.એ.વી. વધી જાય છે તેમજ વ્યાજ દરમાં વૃદ્ધિની સ્થિતિમાં એન.એ.વી. ઘટી જાય છે.

વૈકલ્પિક રોકાણ માધ્યમ

મ્યૂચ્યુઅલ ફંડ સ્કીમોમાં ઈક્વિટી-આધારિત ફંડોમાં રોકાણ કરવું ઉત્તમ છે. એના નિમ્નલિખિત કારણ છે :

૧. રોકાણકારને પ્રાપ્ત લાભાંશ પર કર (ટેક્સ) નહીં.

૨. એમ.એફ. સ્કીમો દ્વારા ડિવિડેન્ડ ડિસ્ટ્રીબ્યૂશન કરની ચુકવણી જરૂરી નહીં.

૩. દીર્ઘકાલીન પૂંજીગત લાભ કરથી છૂટ.

૪. દસ ટકાના નક્કી દર પર અલ્પકાલીન પૂંજીગત લાભ કર.

ઈક્વિટી આધારિત ફંડોની એકમાત્ર કમી છે - એની સાથે જોખમનું હોવું. ઈક્વિટી આધારિત સ્કીમોનાં ભવિષ્યનો બજારથી નજીકનો સંબંધ હોય છે. બજારના દરો અનુસાર એમના દરોમાં પરિવર્તન થાય છે. એમના માધ્યમથી સારો લાભ કમાઈ શકાય છે, પરંતુ નુકસાનની શક્યતાને પણ નકારી નથી શકાતી. જોકે, સારું પ્રદર્શન કરવાવાળી ડાઈવર્સિફાઈડ ઈક્વિટી સ્કીમોમાં રોકાણ ઓછું જોખમભર્યું હોય છે.

૧૮

લાભ કમાવવાની રીતો

૧૩૦૦૦ અંકની તરફ સેન્સેક્સના વધી રહેલાં પગલાં સૂરજને વધારે રાહત આપી રહ્યાં હતા. કેમ કે, આ વખતે તેઓ પાંચ મહીના પહેલાં થયેલી ભૂલ દોહરાવવાના મૂડમાં લેશમાત્ર ન હતા. ૧૦ મેના દિવસે શેર બજાર ૧૨૬૧૨ અંકના રેકર્ડ સ્તર પર હતું. સૂરજે દિમાગને બદલે દિલ પર ભરોસો કર્યો, રોકાણમાં જળવાઈ રહેવા અને આંશિક નફા વસૂલીની વેચવાલી ના કરી. મોટાભાગના દોસ્તોની જેમ એમને પણ સેન્સેક્સનો હજુ આગળ જવાનો વિશ્વાસ હતો, પરંતુ આ રેકૉર્ડ સ્તર પછી જે થયું, તે ઈતિહાસ છે. બી.એસ.ઈ. પલક ઝબકતાં જ ૩૦ ટકા કથળી ગયો, જેનું દર્દ સૂરજ હજુ સહન કરી રહ્યો છે. સૂરજે 'ઓછાંમાં ખરીદીને વધારેમાં વેચો'નો સિદ્ધાંત અપનાવ્યો હતો, પરંતુ પાછળી વખતે મે મહીનામાં આના પર અમલ કરી શક્યા ન હતા. આ સિદ્ધાંતે એમને નુકસાન આપી રહેલાં શેરોના વેચાણથી થયેલા નુકસાનની ફાયદાથી ભરપાઈ કરીને રોકાણ પોર્ટફોલિયોને દુરસ્ત કરવાની પણ તક આપી.

પહેલાં રોકાણકાર શેર વેચતા સમયે એ જોતાં હતા કે, કયા શેર દીર્ઘાવધિ સંપત્તિ છે અને કયા અલ્પાવધિ. શેરોનાં ખરીદ મૂલ્યની કર યોજનામાં પણ ભૂમિકા રહેતી હતી. ઉદાહરણ માટે, બોનસ શેરોને ભારે નુકસાન આપવાવાળા શેરોની સાથે વેચી જઈ શકાયા છે. એનો ખર્ચ કશું પણ ના હોત, આથી એનાથી લાભ વધે છે અને કરદેયતામા કમી આવે છે. જોકે, સૂરજના સી.એ.એ બતાવ્યું કે, ઉપલબ્ધ ડીમેટ વ્યવસ્થામાં કર બચતની આ કવાયત પહેલાં જેટલી સરળ નથી.

આયકર અધિનિયમની ધારા ૪૫ (૨-એ) અંતર્ગત પહેલાં ખરીદવામાં આવેલા શેરોને પહેલાં વેચવા પડે છે. બીજા શબ્દોમાં, કર યોગ્ય પૂંજીગત લાભની ગણનામાં ખરીદ મૂલ્ય અને ધારણ અવધિ ફીકોના આધાર પર નક્કી થાય છે. એનો અર્થ એ છે કે, રોકાણકારોને હવે એ નક્કી કરવાનો વિવેકાધિકાર નથી કે, શેરોના કયા લૉટને પહેલા વેચે. જે શેર પહેલાં ડીમેટ ફૉર્મમાં બદલાશે, તે પહેલા વેચાયેલા માનવામાં આવશે. એવું પણ બની શકે છે કે, કોઈએ પહેલા શેર ડીમેટ ફૉર્મમાં ખરીદ્યાં, પછી

જૂના કાગજી શેરોને ડીમેટ ફૉર્મમાં બદલાવ માટે જમા કર્યા હોય. સૂરજે વર્ષ ૧૯૯૨માં એલ એન્ડ ટીના કેટલાંક શેર ખરીદ્યાં હતા, જેમને તે ડીમેટ ફૉર્મમાં રૂપાંતરિત ના કરાવી શક્યા. એમણે ઈલેક્ટ્રૉનિક માધ્યમથી એલ એન્ડ ટીના વધારે શેર ખરીદ્યાં. એવામાં 'ફીકો' નિયમ કઈ રીતે પ્રભાવી થશે? માની લીધું, સૂરજે ફીકો નિયમ અંતર્ગત ૧૭૫ શેર વેચ્યા. પ્રથમ એન્ટ્રી ૧૨ મે, ૨૦૦૪એ ખરીદવામાં આવેલા શેર પહેલા વેચાયેલા માનવામાં આવશે. બાકી ૭૫ શેર એ લૉટના વેચાયેલા માનવામાં આવશે, જે એ તારીખ પછી ડીમેટ ફૉર્મમાં રૂપાંતરિત કરવામાં આવ્યા હશે (૧૯૯૨માં ખરીદવામાં આવેલા શેરના લૉટ). હવે આ બિંદુઓ પર ધ્યાન આપો. શેરોના ડીમેટમાં રૂપાંતર કરવામાં આવવાની તારીખને કરદેયતાથી કોઈ લેવા-દેવા નથી. જોકે, પહેલા લૉટમાં શેર ૨ મેના દિવસે ડીમેટ ફૉર્મમાં બદલવામાં આવ્યા, પરંતુ એમની ખરીદીની તારીખ ૨૦ એપ્રિલ, ૨૦૦૪ જ રહેશે.

આ કૉન્સેપ્ટ આગલી એન્ટ્રી માટે મહત્ત્વપૂર્ણ સાબિત થશે. ડીમેટ સ્ટેટમેન્ટની આગલી એન્ટ્રીમાં આ જ વર્ષે પાંચ જૂને શેરોની ડીમેટ ફૉર્મમાં ફેરફાર દર્જ છે. શું એનાથી આ અલ્પાવધિ સંપત્તિ થઈ જશે? - ના. શેરોની ખરીદની તારીખ માર્ચ, ૧૯૯૨ જ રહેશે, ભલે જ એમને ડીમેટ ફૉર્મમાં ફેરફાર કરવામાં આવવા માટે ક્યારેય પણ જમા કરવામાં આવ્યા હોય. અહીંયા ધ્યાન આપવાવાળી બીજી વાત એ છે કે, પહેલી બે એન્ટ્રી પ્રમાણે શેરોની ખરીદ ક્રમશઃ ૨૦૦૪ અને ૧૯૯૨માં થઈ હતી, આથી આ બંને લૉટ દીર્ઘાવધિ સંપત્તિ થયા. દીર્ઘાવધિ સંપત્તિઓ કરમુક્ત છે, આથી એમનાથી કોઈ નુકસાનની ક્ષતિપૂર્તિ નથી કરી શકાતી. ઉત્તમ તો એ જ થાય છે કે, સૂરજ ૨૩ જુલાઈ, ૨૦૦૬એ શેર વેચતા (આ ડીમેટ ફૉર્મમાં ત્રીજી એન્ટ્રી હતી). એનાથી એમને અલ્પાવધિ પૂંજીગત લાભ થતો, જેનો ઉપયોગ કોઈ પણ નુકસાનની ક્ષતિપૂર્તિ માટે કરી શકાતો હતો.

૧૯

ઓછામાં ખરીદો, ઊંચામાં વેચો

દરેક બજારની જેમ શેર બજારમાં પણ સફળ થવાનો એક જ મૂળ મંત્ર છે - ઓછામાં ખરીદો, ઊંચામાં વેચો. જોકે, શેર બજારના સંબંધમાં આ જેટલું સરળ નજરે આવે છે, એના પર અમલ કરવો એટલો જ મુશ્કેલ છે. આનું કારણ ખૂબ જ નાનું છે કે, આ માણસના સ્વભાવથી બિલ્કુલ મેળ નથી ખાતું. જ્યારે સૂચકાંક તેજી પર હોય છે, ત્યારે રોકાણકારના મનમાં તરંગો ઊઠે છે અને તે તેજીમાં ભાગ લેવા ઇચ્છે છે. એના માટે તે શેરોમાં લેવાલી કરે છે અને મૂળ મંત્રીના પહેલા ખંડના ઉલટાં કામ કરે છે. જ્યારે તેજીનો દૌર થમી જાય છે, શેરોની કિંમતો ઘટવા લાગે છે અને બજારમાં અફરાતફરી મચી જાય છે, ત્યારે લોકો વેચવાલી પર ઉતરી આવે છે. આ પ્રકારે, શેર બજારમાં રોકાણના મૂળમંત્રનો બીજો ખંડ પણ ખંડ-ખંડ થઈ જાય છે. રોકાણકારે જે કામ કરવું જોઈએ એને ના કરીને બિલ્કુલ વિપરીત પગલું ઉઠાવે છે - ઊંચામાં ખરીદીને ઓછામાં વેચે છે. આ ચક્ર ત્યાં સુધી ચાલતું રહે છે, જ્યાં સુધી કે રોકાણકાર એનાથી નિકળવાનો પૂરો મનોયોગથી પ્રયત્ન નથી કરતો.

આંશિક નફા વસૂલી કરો

શેરોની ઉચ્ચતમ સ્તર પર વેચવાલી અને નિમ્નતમ સ્તર પર લેવાલી કરવી મુશ્કેલ-જેવી છે. આથી ઉત્તમ તો એ જ થશે કે, શેરોની ઠીક-ઠાક કિંમત મળવા પર થોડી નફા વસૂલી કરવામાં આવે. એને બીજા દૃષ્ટિકોણથી જોઈએ- પોર્ટફોલિયોનો એક હિસ્સો ઇક્વિટી અને બીજો હિસ્સો ફિક્સ્ડ ઇન્કમના વિકલ્પનો હોવો જોઈએ. એનો ગુણોત્તર કશું પણ હોઈ શકે છે - જેમ કે ૬૦ ટકા ઇક્વિટી રોકાણ અને ૪૦ ટકા ફિક્સ્ડ ઇન્કમ રોકાણ. રોકાણકારને ઉપલબ્ધ બજાર કિંમતો પર આ ગુણોત્તરનું ફરીથી આકલન કરવું જોઈએ. કેમ કે, પોર્ટફોલિયોમાં ઇક્વિટી રોકાણનું વજન વધી ગયું છે. આથી ડેટ રોકાણની ટકાવારી ઓછી થઈ ગઈ હશે. જોખમ ગુણોત્તરને ૬૦-૪૦ પર જાળવી રાખવા માટે ઇક્વિટીમાં થોડી વેચવાલી કરીને કેશ કે અલ્પકાલિક ડેટમાં

રોકાણ કરી શકાય છે.

અપ્રત્યક્ષ રૂપથી તમે જોશો કે આ પ્રકારે તમે થોડી-ઘણી નફા વસૂલીની વેચવાલી કરી છે. નફા વસૂલી કરતાં સમયે આ વાતને જરૂર ધ્યાન રાખો કે, ઈક્વિટી અને ઈક્વિટી આધારિત ફંડોમાં દીર્ઘકાલિક રોકાણ કરમુક્ત હોય છે. પરંતુ, લેવાલીના એક વર્ષ પછી વેચવાલી કરવા પર ૧૦ ટકાના દરથી અલ્પકાલિક પૂંજીગત લાભકર આપવો પડે છે. એના સિવાય, વેચવાલી કરતાં સમયે અન્ય એક કર સિક્યૂરિટીઝ ટ્રાંઝેક્શન ટેક્સ (એસ.ટી.ટી.)નું પણ ધ્યાન રાખવું જોઈએ. માન્યતા પ્રાપ્ત સ્ટૉક ઍક્સચેન્જને બદલે બજારથી બહાર શેરોની લેણ-દેણ કરવા પર એસ.ટી.ટી.થી છૂટ પ્રાપ્ત નહીં થાય.

મ્યૂચ્યુઅલ ફંડ સ્કીમના રોકાણકારોને પાયાની રીતે લાભાંશ અને પૂંજીગત લાભથી આવક થાય છે. બંને જ સ્રોતોથી થવાવાળી આવક પર અલગ-અલગ કર અને ટી.ડી.એસ. લાગૂ થાય છે. આવો જોઈએ કે, રોકાણકારોને મળવાવાળા આ લાભો પર કયા પ્રકારે કર લાગૂ થાય છે.

લાભાંશ પર કર (ટેક્સ)

મ્યૂચ્યુઅલ ફંડ સ્કીમમાં રોકાણથી પ્રાપ્ત થવાવાળો લાભાંશ યૂનિટધારકના હાથો કરમુક્ત હોય છે. જોકે, બિન શેર આધારિત મ્યૂચ્યુઅલ ફંડ શેરોને લાભાંશ વિતરણ પર ૧૪.૦૨૫ ટકાનો કર આપવો પડે છે. પરંતુ આ કર મ્યૂચ્યુઅલ ફંડ યૂનિટ ધારકના બદલામાં સીધા અદા કરે છે.

પૂંજીગત લાભ પર કર

દીર્ઘકાલિક પૂંજીગત લાભ

૧. **શેર આધારિત ફંડની યૂનિટો પર :** આ સ્કીમોથી પ્રાપ્ત થવાવાળો દીર્ઘકાલિક લાભ આયકર અધિનિયમની ધારા ૧૦ (૩૮) અંતર્ગત કરમુક્ત હોય છે.પરંતુ એના માટે જરૂરી છે લેણ-દેણ પ્રથમ ઑક્ટોબર, ૨૦૦૪એ અથવા એ;ા પછી થઈ હોય અને એનાથી થયેલાં પૂંજીગત લાભ પર સિક્યૂરિટીઝ ટ્રાંજેક્શન પર (એસ.ટી.ટી.) લાગૂ થયો હોય. ધ્યાન આપવા લાયક છે કે, આ દિવસે નાણાં અધિનિયમ (સંખ્યા ૨)નું આઠમું ચેપ્ટર પ્રાવી થયું હતું. શેર આધારિત મ્યૂચ્યુઅલ ફંડ સ્કીમ રોકાણ યોગ્ય કોષને અડધાથી વધારે ઘરેલૂ કંપનીઓનાં શેરોમાં રોકાણ કરે છે.

૨. **બિન-શેર આધારિત ફંડની યૂનિટો પર :** એવી યૂનિટોને ૧૨ મહીના પછી વેચવાથી મળવાવાળા લાભાંશ પર ઈન્ડેક્શનની સાથે ૨૦ ટકાના દરથી

કર લાગૂ થાય છે. જોકે, ઈન્ડેક્શનથી પહેલાં આંકવામાં આવવાવાળો દીર્ઘકાલિક પૂંજીગત લાભ કર જો પૂંજીગત લાભથી ૧૦ ટકા અધિક હોય, તો યૂનિટ ધારકને વધારે કર નહીં આપવો પડે. એકલ રોકાણકાર અથવા અવિભાજિત હિન્દુ પરિવારની આવક (દીર્ઘકાલિક પૂંજીગત લાભને છોડીને) પાયાનો કર છૂટ સીમાથી ઓછો હોવા પર દીર્ઘકાલિક પૂંજીગત લાભને ઘટાડીને આ કમીને પૂરી કરી શકાય છે અને બાકી દીર્ઘકાલિક પૂંજીગત લાભ પર ૨૦ અથવા ૧૦ ટકાના દરથી કર લાગૂ થાય છે.

બિન-કૉર્પોરેટ યૂનિટ ધારકની કુલ આવક ૧૦,૦૦,૦૦૦ રૂપિયાથી અધિક હોવા પર દીર્ઘકાલિક પૂંજીગત લાભ પર ૧૦ ટકાનો સરચાર્જ પણ લાગૂ થાય છે. કૉર્પોરેટ યૂનિટ ધારક અને ફર્મોને દરેક સ્થિતિમાં પૂંજીગત લાભ પર ૧૦ ટકાનો સરચાર્જ આપવાનો થાય છે, ભલે એમની આવક જે પણ હોય. એના સિવાય પૂંજીગત લાભ પર લાગવાવાળા કર પર ૧૦ ટકાના સરચાર્જ સહિત બે ટકાનો શિક્ષા અધિભાર પણ લાગૂ થાય છે.

અલ્પકાલિક પૂંજીગત લાભ

૧. **શેર આધારિત ફંડની યૂનિટો પર :** આ સ્કીમોથી પ્રાપ્ત થવાવાળા અલ્પકાલિક પૂંજીગત લાભ પર આયકર અધિનિયમની ધારા ૧૧૧-એ અંતર્ગત ૧૦ ટકાના નિશ્ચિત દરથી કર લાગૂ થાય છે. એકલ રોકાણકાર અથવા અવિભાજિત હિન્દુ પરિવારની આવક (અલ્પકાલિક પૂંજીગત લાભને છોડીને) પાયાનો કર છૂટ સીમાથી ઓછો હોવા પર અલ્પકાલિક પૂંજીગત લાભને ઘટાડીને આ કમીને પૂરી કરવામાં આવે છે અને બાકી અલ્પકાલિક પૂંજીગત લાભ પર ૧૦ ટકાના દરથી કર લાગૂ થાય છે. એમાં પણ એ જ સરચાર્જ અને શિક્ષા અધિભાર લાગૂ થાય છે, જે દીર્ઘકાલિક પૂંજીગત લાભ પર લાગૂ થાય છે.

૨. **બિન-શેર આધારિત ફંડોની યૂનિટો પર :** બિન-શેર આધારિત ફંડની યૂનિટોને ૧૨ મહીના પછી વેચવા પર મળવાવાળા લાભાંશને નિર્ધારિત કરીને કુલ આવકથી જોડી દેવામાં આવે છે અને એના પર આયકર અધિનિયમમાં વર્ણિત સ્લેબના આધાર પર ક રનો દર લાગૂ થાય છે.

સિક્યૂરિટીઝ ટ્રાંજેક્શન ટેક્સ : નાણાં વિધેયક, ૨૦૦૫ અનુસાર શેર આધારિત મ્યૂચ્યુઅલ ફંડ સ્કીમની યૂનિટોનું વિમોચન કરવા પર યૂનિટ ધારકને ૦.૨૦ ટકાનો સિક્યૂરિટીઝ ટ્રાંજેક્શન ટેક્સ આપવો પડે છે.

પૂંજીગત લાભ પર ટી.ડી.એસ.

ઘરેલૂ યૂનિટ ધારક : આયકર અધિનિયમની જોગવાઈઓ પ્રમાણે પૂંજીગત લાભથી થવાવાળી આવક પર કોઈ ટી.ડી.એસ લાગૂ નથી થતો.

અનિવાસી ભારતીય યૂનિટ ધારક : આમને દીર્ઘકાલિક યૂનિટોના વિમોચનથી થવાવાળા પૂંજીગત લાભ (આયકર અધિનિયમની ધારા ૧૦ (૩૮) અંતર્ગત શેર આધારિત મ્યૂચ્યુઅલ ફંડ યૂનિટોથી મળવાવાળી કર છૂટ યોગ્ય દીર્ઘકાલિક પૂંજીગત લાભને છોડીને) પર ૨૦ ટકાના દરથી આયકર આપવો પડે છે.

બેવડી કરાધાન પરિવર્જન સંધિ

કેન્દ્રીય પ્રત્યક્ષ કર બોર્ડના એક સરક્યુલરની જોગવાઈઓ અનુસાર જો અનિવાસી ભારતી કોઈ એવા દેશના નાગરિક છે, જેની સાથે ભારતની બેવડી કરાધાન પરિવર્જન સંધિ છે, તો એમને આયકર અધિનિયમની ધારા ૧૯૫ અંતર્ગત ટી.ડી.એસ. આપવો પડે છે.

૨૦

પૈસા ડૂબવાથી બચાવવાનાં સૂત્ર

શેર બજારમાં આઈ.પી.ઓ.નું પૂર જેવું આવી રહ્યું છે અને પહેલાંથી ઉપલબ્ધ શેરોના ભાવ આકાશને સ્પર્શી રહ્યાં છે. પોતાની મહેનતથી કમાયેલા પૈસાને શેર બજારમાં રોકાણ કરવાથી પહેલાં નવા રોકાણકારે ફૂંકી-ફૂંકીને પગલાં રાખવા જોઈએ. શેર બજારમાં પૈસાને ડૂબવાથી બચાવવા માટે આ ચાર સૂત્રો પર ધ્યાન આપવું જોઈએ :

૧. **જેવી રીતે તમે કારોબારમાં રોકાણ કરો છો, એ જ રીતે શેરમાં રોકાણ કરો:** શું દસ વર્ષો પછી પણ કારોબાર ચાલતો રહેશે? જો તમે નિશ્ચિત નથી, તો પછી રોકાણ કરવાની જરૂર નથી. ઉદાહરણ તરીકે હીરો હોન્ડાનું નામ લઈ શકો છો. આ વાત દાવાની સાથે કહી શકાય છે કે, દસ વર્ષ પછી પણ આ કંપની બજારમાં જળવાઈ રહેશે.

   એ નક્કી કરો કે, જે કંપનીના શેર તમે ખરીદી રહ્યાં છો, શું એને લાંબા સમયમાં નફો મળશે? હંમેશાં લાંબા સમયના નફા વિશે વિચારીને રોકાણ કરો. તમે સુનિશ્ચિત કરી લો કે, આ કંપનીઓ ૧૦ વર્ષો પછી પણ અસ્તિત્વમાં રહેશે અને એમને લાભ મળતો રહેશે. એવી કંપનીઓની ગણતરી ઓછી થાય છે, જે લાંબા સમય સુધી નફો કમાઈ શકે અને બજારમાં કાયમ રહી શકે. ૧૯૯૦ના દશકમાં આઈ.પી.ઓ. જારી કરવાવાળી લગભગ ૫૦ ટકા કંપનીઓ કારોબારથી બહાર થઈ ચુકી છે. એમનામાંથી ૨૫ ટકા કંપનીઓ પાંચ ટકાથી પણ વધારે નફાની સાથે કારોબાર કરી રહી છે. આ વર્ગમાં આવવાવાળા મોટાભાગના વ્યવસાય લાંબા સમય સુધી ફાયદાકારક નથી હોતા.

૨. **'યોગ્ય કિંમત' પર શેર ખરીદો :** એક સારા કારોબારનો અર્થ એ નથી કે, એમાં રોકાણ કરવું પણ યોગ્ય જ હોય. માની લો, તમે એક મારુતિ જેન ખરીદવા ઇચ્છો છો, જેની બજારમાં કિંમત ૩.૫ લાખ રૂપિયા છે. જો કોઈ

નવી કાર ૧.૭૫ લાખ રૂપિયામાં વેચવા માટે તૈયાર હો, તો તમે એને જરૂર ખરીદવા ઇચ્છશો. પરંતુ જો કોઈ તમારાથી આ કાર માટે પાંચ લાખ રૂપિયા કિંમત માંગશે, તો તમે એની તરફ વળીને પણ જોવાનું પસંદ નહીં કરો. તમે ત્યાં સુધી રાહ જોવાનું પસંદ કરશો, જ્યાં સુધી યોગ્ય ભાવ પર તમને કાર મળી નથી જતી.

આ જ વર્તન તમને શેરોની ખરીદદારી સમયે પણ કરવું જોઈએ. મૂલ્યનું હંમેશાં ધ્યાન રાખો.

૩. **પ્રબંધનની નિયત ઓળખો :** એવા વ્યવસાયમાં જ રોકાણ કરો, જેના પર તમને વિશ્વાસ હોય. તમે ષડ્યંત્રકારીઓની સાથે કોઈ પણ સ્થિતિમાં ભાગીદારી કરવાનું પસંદ નહીં કરો. જે પ્રમોટર પોતાના શેર ધારકોની પરવાહ નથી કરતો, એનો વિશ્વાસ લેશમાત્ર ના કરો. પ્રમોટરની ઠીકથી તપાસ કરી લો અને એની નિયતની ઓળખ કરી લો.

૪. **લોભામણી યોજનાઓથી બચો :** એસ.એમ.એસ. સંદેશ, બ્રોકરના પ્રસ્તાવ કે આંતરિક વ્યક્તિઓની ગુપ્ત સલાહના આધાર પર રોકાણ કરવાનો નિર્ણય ક્યારેય ના કરો. આવા ષડ્યંત્રકારીઓની કમી નથી, જે આકર્ષક યોજનાઓના માધ્યમે નવા રોકાણકારોને ગેરમાર્ગે દોરે છે. 'પંપ એન્ડ ડંપ' એને જ કહેવામાં આવે છે. કેટલાંક લોકો સૌથી પહેલાં શેર ખરીદીને પ્રચાર કરવા લાગે છે કે, ત્રણથી છ મહીનામાં એમના ભાવ બમણાં થઈ જશે. જ્યારે બધા શેર ખરીદવા લાગે છે, તો તેઓ ભાવને નીચે લઈ જાય છે.

ઉપરના આ ચારેય સૂત્ર અચૂક છે, જેમને સફળ રોકાણકાર બેન્જામિન ગ્રાહમ અને વૉરેન બફેટ પણ પાલન કરતાં રહે છે. આ સૂત્રોનું પાલન કરીને તમે શેર બજારમાં પોતાના પૈસાને ડૂબવાથી બચાવી શકો છો. બચત અને રોકાણની અવધારણા. કેટલાંક લોકો સમજે છે કે, બચત અને રોકાણમાં કોઈ અંતર નથી હોતું. પરંતુ સત્ય એ નથી. હકીકતમાં બંને જ ધનના પ્રબંધનની બે ભિન્ન રીત હોય છે. આ બંનેની વચ્ચેના અંતરને સમજીને તમે પોતાની નાણાંકીય જરૂરિયાતો અનુસાર જાગૃકતાની સાથે નિર્ણય લઈ શકો છો.

બચત : સંરક્ષણ પર કેન્દ્રિત

સામાન્ય રૂપથી બચતનો અર્થ હોય છે કે, નિસ્ચિત સમય અવધિમાં તમે જે ધન અર્જિત કરો છો, એને સુરક્ષિત રાખવાના ઉપાય પણ કરો છો. બચતકર્તા માટે નફાની જગ્યાએ જમા કરવામાં આવેલી રાશિની સુરક્ષા વધારે મહત્ત્વતા રાખે છે. બચતકર્તા કોઈ પણ પ્રકારનું જોખમ ઉઠાવવાથી દૂર રહો છો અને તેઓ પોતાની

રાશિ પરંપરાગત નાણાંકીય સંસ્થાઓમાં જમા કરે છે. તેઓ બેંક અને પોસ્ટઑફિસમાં પોતાના પૈસાને રાખવા સુરક્ષિત સમજે છે. આ પ્રકારની નાણાંકીય સંસ્થાઓમાં ધન જમા કરવા પર સામાન્ય વ્યાજ મળે છે, પરંતુ મૂળ જમા રાશિની સુરક્ષાની ગેરંટી રહે છે. આ પ્રકારની બચતથી તમારી તાત્કાલિક જરૂરિયાતોની પૂર્તિ તો થઈ શકે છે, પરંતુ લાંબા સમયમાં તમારા નાણાંકીય ઉદ્દેશ્યોને પૂરા કરવામાં આ પ્રકારની બચત પર્યાપ્ત નથી હોતી, કેમ કે તમને પોતાની જમા રાશિ પર અલ્પ લાભ જ મળી છે.

એના સિવાય એ પણ યાદ રાખવું જોઈએ કે, ઓછાં જોખમવાળી બચત સંસ્થાઓ જે લાભ આપે છે, તે મુદ્રાસ્ફીતિને જોતાં સામાન્ય જ કહેવાશે. જીવ સ્તરનો ખર્ચ વધવાની સાથે-સાથે તમારે જરૂરી વસ્તુઓ ખરીદવા અને પોતાના નાણાંકીય લક્ષ્યને મેળવવા માટે અધિક પૈસાઓની જરૂર હોય છે. એવી સ્થિતિમાં તમારી જમાપૂંજીમાં મુદ્રાસ્ફીતિની તુલનામાં અધિક તીવ્રતાથી વૃદ્ધિ થવી જોઈએ, ત્યારે જ તમે દીર્ઘકાલીન નાણાંકીય લક્ષ્યો સુધી પહોંચી શકવામાં સફળ થઈ શકે છે.

ઉદાહરણ તરીકે, તમે એક સામાન ખરીદવા ઇચ્છો છો, જેની કિંમત વર્તમાનમાં ૧૦ હજાર રૂપિયા છે અને તમે ૭૫૦૦ રૂપિયા બચત ખાતામાં નાખી દો છો, જ્યાં દરેક વર્ષે તમને પાંચ ટકાના દરથી વ્યાજ મળે છે. ૧૦ વર્ષો પછી તમારા જમા કરવામાં આવેલા રૂપિયા વધીને ૧૨૨૧૬ રૂપિયા થઈ જશે. એની અવધિમાં પાંચ ટકા મુદ્રાસ્ફીતિના દરથી જો સામાનનો ભાવ પણ વધતો રહે, તો ૧૦ વર્ષોમાં એની કિંમત ૧૬૨૮૮ રૂપિયા થઈ જશે. આ પ્રકારે તમે આજના દરના હિસાબથી સામાનના મૂલ્યની તુલનામાં ૨૫૦૦ રૂપિયા પાછળ રહી જશે. આ ૧૦ વર્ષોમાં મુદ્રાસ્ફીતિના કારણથી તમે સામાનના વર્તમાન મૂલ્યના ગુણોત્તરથી ૪૦૭૨ રૂપિયા પાછળ રહી જશો. જો તમે ૧૦ વર્ષોમાં ૭૫૦૦ રૂપિયાને ૧૬૨૮૮ રૂપિયામાં પરિવર્તિત થતાં જોવા ઇચ્છો છો, તો તમને પ્રતિવર્ષ ૮.૫ ટકાના દરથી વ્યાજની જરૂર પડશે.

રોકાણ : સંચયન પર કેન્દ્રિત

જ્યારે તમે પોતાની મૂડીનું રોકાણ કરે છે, તો એનો અર્થ થાય છે કે, તમે પોતાની મૂડીમાં વૃદ્ધિ કરવા ઇચ્છો છો. બચતની તુલનામાં રોકાણ કરતાં સમયે મૂળ પૂંજીના ડૂબવાનું જોખમ વધારે રહે છે. શેર, બોન્ડ્સ વગેરેના મૂલ્યોમાં તેજીથી ઉતાર-ચઢાવ આવતો રહે છે. રોકાણકર્તાને ઉતાર-ચઢાવનો સામનો કરવા માટે તૈયાર રહેવું પડે છે. રોકાણકર્તાએ એ માનીને ચાલવું પડે છે કે, જો એના રોકાણનો ભાવ કથળતો જશે, તો એને મૂડી ગુમાવવી પડી શકે છે. જોખમ ઉઠાવવાને બદલે રોકાણકર્તાઓને અધિક આવક કે વૃદ્ધિ મળવાની સંભાવના રહે છે એ મુદ્રાસ્ફીતિથી બચવા માટે ઓછાં જોખમવાળી બચત યોજનાઓની તુલનામાં અધિક સુરક્ષા મળે છે.

સુનિયોજિત રીતથી રોકાણ કરવાના જોખમથી બચી શકાય છે. અલગ-અલગ રોકાણ યોજનાઓમાં પોતાના પૈસા લગાવીને તમે જોખમ અને અધિક નફાની વચ્ચે તાલમેળ સ્થાપિત કરી શકો છો.

વધી રહેલા કારોબારને કારણે અધિકાધિક રોકાણકાર શેર બજારમાં રોકાણ કરી રહ્યાં છે. આથી, રોકાણકારો માટે જરૂરી છે કે, તેઓ શેર બજારમાં કારોબાર કરવા માટે 'શું કરશો?' અને 'શું ના કરશો?'વાળા પાસા જાણી લો, કેમ કે એમાં જોખમ પણ છે. શેર બજારથી સંબંધ રાખવાવાળા રોકાણકારો માટે નીચે 'શું કરશો?' અને 'શું ના કરશો'ની યાદી આપવામાં આવી છે.

શું કરશો?

૧. હંમેશાં સેબી એક્સચેન્જમાં પંજીકૃત બજાર સંસ્થાઓની સાથે સંબંધ રાખે.

૨. પોતાના બ્રોકર ઍજેન્ટ ડિપૉઝિટરી પાર્ટિસિપેન્ટને સ્પષ્ટ અને સચોટ નિર્દેશ આપો.

૩. હંમેશાં પોતાના બ્રોકરથી અનુબંધ (કૉન્ટ્રેક્ટ) કાગળો લઈ લો. સોદાઓ વિશે સંદેહ થવા પર, ઍક્સચેન્જની વેબસાઇટ પર એની વાસ્તવિકતાની પુષ્ટિ કરો.

૪. બજાર મધ્યસ્થીઓની કાયદેસરની ચુકવણી હંમેશાં બેન્કિંગ માધ્યમોથી કરો.

૫. બજાર મધ્યસ્થીઓને કોઈ આદેશ જારી કરવાથી પહેલાં કપની, એના પ્રબંધન, ફંડામેન્ટલ્સ અને એમના દ્વારા કરવામાં આવેલી તાજેતરની ઘોષણાઓ, વિભિન્ન નિયમો અંતર્ગત કરવામાં આવેલા ખુલાસાઓની યોગ્ય પરખ-તપાસ કરી લો. જાણકારીના સ્રોત છે : ઍક્સચેન્જ તેમજ કંપનીઓની વેબસાઇટ અને વ્યાવસાયિક પત્રિકાઓ વગેરે.

૬. કારોબાર રોકાણ નીતિઓ અપનાવતા સમયે જોખમ ઉઠાવવાની પોતાની ક્ષમતાનું ધ્યાન રાખો કેમ કે બધા રોકાણોમાં જોખમ રહે છે. એની માત્રા અલગ-અલગ હોય છે, જે અપનાવવામાં આવેલી રોકાણ નીતિ પર નિર્ભર કરે છે.

૭. કોઈ પણ મધ્યસ્થીનો ગ્રાક બનવાથી પહેલાં પૂર્વ સાવધાની વર્તો. એના સિવાય રોકાણકારોથી અનુરોધ કરવામાં આવે છે કે, તે 'રિસ્ક ડિસ્ક્લોઝર ડૉક્યૂમેન્ટ' એટલે જોખમનો ખુલાસો કરવાવાળા દસ્તાવેજ ધ્યાનથી વાંચે,

જે શેર બજારમાં બ્રોકરના માધ્યમે કારોબાર કરવાવાળા રોકાણકારોની આધારભૂત જરૂરિયાતોનો એક હિસ્સો છે.

૮. એ શેરો પ્રતિ સાવધાનીભર્યું વલણ અપનાવો, જેમની કિંમત કે કારોબારમાં અચાનક ઉછાળો આવી જાય, ખાસ કરીને ઓછી કિંમતવાળા સ્ટૉક પ્રતિ.

૯. કૃપા કરીને જાણી લો કે, શેર બજારમાં રોકાણ પર કોઈ ગેરંટીયુક્ત રિટર્ન (પ્રતિફળ) નથી હોતું.

શું ના કરશો?

૧. બિન પંજીકૃત બ્રોકર, સબ બ્રોકર, વચેટિયાઓથી કારોબાર ના કરો.

૨. 'અફવાઓ', જેમને સામાન્ય રીતે 'ટિપ્સ' કહેવામાં આવે છે, એના આધાર પર કારોબાર ના કરો.

૩. ગેરંટીયુક્ત સંસ્થાઓથી મંજૂરી પંજીકરણ દર્શાવવાવાળી કંપનીઓ દ્વારા ગેરમાર્ગે ન દોરાઓ કેમ કે, મંજૂરીઓ અન્ય ઉદ્દેશ્યો માટે હોઈ શકે છે, એ પ્રતિભૂતિઓ માટે નહીં, જે તમે ખરીદી રહ્યાં છો.

૫. કોઈ મધ્યસ્થીના હાથમાં પોતાના ડીમેટ કારોબારની રસીદ બુક ન આપો.

૬. પ્રિન્ટ તેમજ ઇલેક્ટ્રૉનિક મીડિયામાં કંપનીઓનાં નાણાંકીય પ્રદર્શન વિશે જાહેરાત બાજીના બહેકાવામાં ન આવો.

૭. કૉર્પોરેટ ગતિવિધિઓ પર મીડિયાની ખબરો પર આંખો બંધ કરીને વિશ્વાસ ન કરો, કેમ કે તે ગેરમાર્ગે દોરવાવાળી પણ હોઈ શકે છે.

૮. રોકાણનો નિર્ણય લેતાં સમયે આંખો મીંચીને એ અન્ય રોકાણકારોની નકલ ના કરો, જેમણે પોતાના રોકાણથી નફો કમાયો હોય.

૨૧

ઉતાર-ચઢાવનો ઈલાજ

અલ્બર્ટ આઈન્સ્ટાઈને સંચયનને દુનિયાની આઠમી શક્તિ માની હતી. આ સંબંધમાં એક વાર્તા છે. એક વાર એક રાજા એક ખેડૂતથી શતરંજમાં હારી ગયો. રાજાએ એનાથી ઈનામ માંગવાનું કહ્યું. ખેડૂતે શતરંજના પહેલા ખાનામાં ઘઉંનો એક, બીજામાં બે, ત્રીજામાં ચાર, ચોથામાં આઠ, પાંચમામાં ૧૬ દાણાથી લઈને ૬૪માં ખાના સુધી (જેટલાં પણ હોય) આપવાની માંગ કરી. રાજા સાંભળીને ખૂબ ખુશ થયો અને એની ઈચ્છા પૂરી કરવાનો આદેશ આપ્યો. પરંતુ એના માટે એને ઘઉંના, ૧, ૮૪, ૪૬, ૭૪, ૪૦, ૭૩, ૭૦, ૯૫, ૫૧, ૬૧૫ દાણાની જરૂર હતી. એને આ રીતે સમજીએ - એક કિલો ઘઉંના લગભગ ૨૫૦૦૦ દાણા હોય છે. રાજાને પોતાનું વચન પૂરું કરવામાં ૭૩, ૭૮૭ ટન ઘઉંની જરૂર પડી. વર્ષ ૨૦૦૪માં ભારતનું કુલ રાષ્ટ્રીયઉત્પાદન (ઘઉં, ચોખા, શેરડી, કપાસ વગેરે) લગભગ ૨૦ કરોડ ટન હતું. રાજાને એનાથી ૩૬૯૦ ગણા વધારે ઘઉંની જરૂર હતી. રાજા એની ચુકવણી ૩.૫૦ રૂપિયા પ્રતિ કિલોના પણ દરથી રોકડમાં કરતો, તો એને ૨૫, ૮૨, ૫૪, ૪૧૭ કરોડ રૂપિયા આપવા પડતા. આ દેશના સકલ રાષ્ટ્રીય ઉત્પાદનથી ૨૦૦૦ ગણા વધારે હોત. ખેડૂતે પોતાના ફાયદા માટે સંચયનનો ઉપયોગ કર્યો. રાજાને પહેલા ૧૦ વર્ગો સુધી તો અંદાજો હતો, પછી મામલો હાથ શું દિલો-દિમાગથી નિકળી ગયો. બીજા શબ્દોમાં, સંચયન દીર્ઘાવધિમાં કામ કરે છે.

આ સમયે બજારમાં ૨૦૦થી વધારે ઈક્વિટી આધારિત સ્કીમો છે. છેલ્લાં પાચ વર્ષોમાં શું થયું, બધાને ખબર છે. ડૉટ કૉમનો પરપોટો ફૂટ્યો, ૧૧ સપ્ટેમ્બરનો આતંકી હુમલો, અફગાનિસ્તાન તેમજ ઈરાકમાં અમેરિકાનું સૈન્ય અભિયાન, અમેરિકી વ્યાજ દરોમાં કમી અને વૃદ્ધિ, તેલની કિંમતોમાં ઉછાળો, ઘરેલૂ બજારમાં કેતન પારેખનો ધમાકો, અંબાણી બંધુઓનાં ભાગલા. આ બધાની પાછળ સંચયનનું ગણિત કામ કરી રહ્યું હતું.

હકીકતમાં આપણામાંથી કેટલાં લોકો લાંબા સમય સુધી રોકાણ કરે છે? વૉરેન

બફેટ કહે છે કે, એક રોકાણકારની જિંદગીમાં કુલ ૨૦ ટ્રેન્ડ પર્યાપ્ત હશે.

રોકાણ કરવું વધારે સરળ છે. લોકોની પાસે એ વિચારવાની ના ઊર્જા અને ના ઇચ્છા હોય છે કે, ક્યારે અને કેવી રીતે રોકાણ કરવામાં આવે. કેલ્પિન કૂલિજે સફળ રોકાણકાર બનવાનો નિયમ દર્શાવ્યો હતો : દૃઢતા. એની જગ્યા કોઈ નથી લઈ શકતું. પ્રતિભા પણ નહીં.

તમને કેટલાય યોગ્ય, પરંતુ અસફળ વ્યક્તિ મળશે. દૃઢતા અને સમર્પણ મૂળ મંત્ર છે. બીજા શબ્દોમાં માર્કેટ ટાઈમિંગ અને માર્કેટને ટાઇમ ન કરવામાં એટલું અંતર છે, જેટલું સફળ અને અસફળ રોકાણકારમાં છે.

શેર બજારથી પૈસા કમાવાનું એક સાધારણ સૂત્ર છે- ઓછામાં ખરીદો, વધારેમાં વેચો. પરંતુ રોકાણકાર ખુદને વારંવાર આ નિયમને તોડતાં નજરે મેળવે છે. જ્યારે બજારમાં તેજી હોય છે, રોકાણકાર તકનો ફાયદો ઉઠાવવા માટે લેવાલીની તરફ વળે છે. જે ચઢે છે, તે પડે છે. બજાર જ્યારે આ નિયમ પર ચાલે છે, ત્યારે રોકાણકારોમાં ગભરાટ ફેલાી જાય છે અને તેઓ ઉતાવળમાં આવીને નુકસાનમાં વેચવા લાગે છે. અંગ્રેજીમાં એક કહેવત છે - જો ગરમી સહન નથી, તો રસોઈઘરમાં ના ઘુસો. ખાસ કરીને શેર બજારોની બાબતમાં આ કહેવત એકદમ સત્ય છે. જો તમે એક એવા રોકાણકાર છો, જે પોતાના રોકાણનો રોજ વધતું જ જોવા ઇચ્છે છે અને ખૂબ જ ઓછા સમય માટે ગિરાવટ સહન નથી કરી શકતા, તો સમજી લો તમને નિરાશા થશે. પરિભાષા પ્રમાણે શેર બજાર પડવા અને ચઢવા માટે જ ચઢશે અને પડશે. જોકે, જો અર્થવ્યવસ્થા મજબૂત છે અને કંપનીઓના રાજસ્વમાં વિશેષ વૃદ્ધિ થઈ રહી છે, ત્યારે એ સ્પષ્ટ છે કે, આજે નહીં, તો કાલે એની અસર બજારમાં પણ દેખાશે.

તકનીકી સંશોધનથી કેવી રીતે નિપટશો?

એક રોકાણકારના રૂપમાં તમારે પોતાનો પોર્ટફોલિયો ફરીથી વ્યવસ્થિ કરવો પડશે. માની લીધું કે, તમે જોખમ ક્ષમતા પ્રમાણે ૭૦ ટકા ઇક્વિટી અને ૩૦ ટકા ડેટમાં રોકાણ કરવાનો નિર્ણય કર્યો છે. રોકાણ રકમ પાંચ લાખ રૂપિયા છે. એનો અર્થ એ છે કે, સાડા ત્રણ લાખ ઇક્વિટી અને બાકી ટેડમાં રોકાણ કરવામાં આવે. બજાર એક વર્ષમાં ૩૦ ટકા ચઢે છે અને ડેટ ઇન્સ્ટ્રૂમેન્ટ પર પાંચ ટકા કમાણી થાય છે. ઇક્વિટી રોકાણ ૪,૫૫,૦૦૦ રૂપિયા અને ડેટ ૧,૫૭,૫૦૦ રૂપિયા થઈ જશે. હવે રોકાણ ગુણોત્તર બદલાઈ ગયો છે અને ઇક્વિટી રોકાણ ૭૪ ટકા થઈ ગયું છે. જોકે, તમે ઇક્વિટીમાં ફક્ત ૭૦ ટકા રોકાણ જ ઇચ્છો છો, ત્યારે ઇક્વિટી રોકાણના ચાર ટકા વેચીને ડેટમાં રોકાણ કરી દો, એનું ઉલટું પણ કરી શકાય છે. પરંતુ આ મનોવૈજ્ઞાનિક રીતે વધારે મુશ્કેલ થશે. ગિરાવટના ચાલતા રોકાણનો ઇક્વિટી હિસ્સો

ઘટવા પર, શેર કે ઈક્વિટી મ્યૂચ્યુઅલ ફંડ ખરીદીને એની ભરપાઈ કરવામાં આવવી જોઈએ. આવવાવાળા સમયમાં સંશોધન થવા પર રોકાણકાર તેજીના ઉચ્ચ શિખર પર એક અન્ય જોખમ ઉઠાવશે.

તારીખ	યૂનિટ	એન.એ.વી. (રૂપિયા)	રોકાણ (રૂપિયા)
૧૮ મે, ૨૦૦૬	૬૦૦૦	૫૦.૦૦	૩,૦૦,૦૦૦
૧૭ નવે., ૨૦૦૭	૬૦૦૦	૬૦.૨૩	૩,૬૧,૩૬૦

રિટર્ન દર ૧૩.૨૦ ટકા

આ સારણીમાં ૧૮ મેના દિવસે કુલ રોકાણ બતાવવામાં આવ્યું છે, જ્યારે બજાર સર્વોચ્ચ શિખર પર હતું. એના પછી બજાર કથળે છે અને વ્યવસ્થિત થવામાં ૧૮ મહીના લાગી જાય છે. શરૂમાં એન.એ.વી. ૫૦ રૂપિયા અને ૧૮ મહીના પછી ૬૦.૨૩ રૂપિયા. લગભગ ૨૦ ટકા વૃદ્ધિ થઈ ગઈ. આ રીતે રિટર્ન રેટ ૧૩.૨૦ ટકા વાર્ષિક થયો. જોઆ રોકાણકાર એક વારને બદલે થોડાં વિરામ પછી રોકાણ કરે છે, ત્યારે એવું થઈ શકે છે :

તારીખ	યૂનિટ	એન.એ.વી. (રૂા.)	રોકાણ (રૂા.)
૧૮ મે, ૨૦૦૬	૧૦૦૦	૪૫.૦૦	૫૦,૦૦૦
૧૭ ઓગષ્ટ, ૨૦૦૬	૧૧૧૧.૧૧	૪૫.૦૦	૫૦,૦૦૦
૧૭ નવેમ્બર, ૨૦૦૬	૧૩૮૮.૮૯	૩૬.૦૦	૫૦,૦૦૦
૧૭ ફેબ્રુઆરી, ૨૦૦૭	૧૨૦૭.૭૩	૪૧.૪૦	૫૦,૦૦૦
૧૭ મે, ૨૦૦૭	૧૦૫૦.૨૦	૪૭.૬૧	૫૦,૦૦૦
૧૭ ઓગષ્ટ, ૨૦૦૭	૯૫૪.૭૩	૫૨.૩૭	૫૦,૦૦૦
૧૭ નવેમ્બર, ૨૦૦૭	૬૭૧૨.૬૬	૬૦.૨૩	૪,૦૪,૨૮૧

રિટર્ન દર ૩૯ ટકા

રોકાણકારના પ્રથમ છ મહીના એન.એ.વી. કથળતી રહે છે, આ ગિરાવટના સમયમાં થાય છે. જોકે, રોકાણકારે રોકાણની રકમને જાળવી રાખી. લગભગ ૨૮ ટકાની ગિરાવટ પછી (૫૦ થી ૩૬ રૂપિયા આવવા પર) ટ્રેન્ડ બદલાય છે. બજાર ફરીથી ચઢવા લાગે છે અને એન.એ.વી. પણ. ૧૮ મહીના પછી એન.એ.વી. ૬૦.૨૩ રૂપિયા થઈ જાય છે. ૧૮ મહીના માટે રાખવામાં આવેલી કુલ રકમ ૩,૦૦,૦૦૦ રૂપિયા જ રહી. જોકે, રિટર્ન દર ૩૯ ટકા પર પહોંચી ગયો. તકનીકી સંશોધનથી નિપટવાની એક જ રીત છે, એનાથી ઝઝૂમવું. એનો અર્થ રોકાણથી હટાવવાનો નહીં,બલ્કે આક્રામક રીતે રોકાણ કરવાનો છે.

કુલ મિલાવીને, શેર બજાર શેર બજારની જેમ જ રહેશે. આ ક્યારેક ઉપર, તો ક્યારેક નીચે. બજાર જ્યારે ચઢે,તો સમય-સમય પર પોતાના પોર્ટફોલિયોને વ્યવસ્થિત કરો.

૨૨

શેર ખરીદમાં સાવધાનીઓ

૧. **તગડો ઉછાળો આવવાના તુરંત પછી શેર ના ખરીદો** - ખૂબ ઊંચા ચઢ્યા પછી હંમેશાં ભાવ અચાનક નીચે પડી જાય છે. જોવામાં આવ્યું છે કે, હંમેશાં આ પ્રકારના ભાવ ચઢ્યાં પછી ભાવ એક તૃત્યાંશ અથવા બે-તૃત્યાંશ સુધી પડી જાય છે. તેથી જો કોઈ શેરના ભાવ ૪૦-૪૫ રૂપિયા સુધી ચઢી જાય છે, તો સંભાવના છે કે, તે ફરી ઉતરીને ૪૫-૫૦ રૂપિયા પ્રતિ શેર સુધી પહોંચી શકે છે. આ શેરને ખરીદવાનો સાચો સમય છે, જ્યારે ભાવ એક વાર ઉછળીને ફરી સામાન્ય સ્તર સુધી પહોંચી રહ્યો હોય.

૨. **ભાવ ઉછળવાના તુરંત પછી વેચી દો** - બની શકે છે કે, શેર એ સ્તર પર ફરીથી ઘણં સમય સુધી ના પહોંચે, આ જ સમયે સારો નફો કમાઈ લે.

૩. **શેરના ભાવ ખરાબ રીતે પિટાયાના તુરંત પછી એને ના વેચો** - સંભાવના છે કે, ખૂબ નીચે પડ્યાં પછી શેરનો ભાવ એકથી બે તૃત્યાંશ સુધી પાછો વ્યવસ્થિત થઈ જશે. થોડી પ્રતીક્ષા કરો, જેથી તમારું નુકસાન ઓછું થઈ શકે.

૪. **શેરના ભાવનું નીચે જવું એને ખરીદવાનો સંકેત હોય છે** - પરંતુ એવા શેર ખરીદવાથી પહેલાં એ આશ્વાસન કરી લો કે, એનું નીચે જવું ફક્ત અસ્થાયી સમય છે અને ભવિષ્યમાં શેર પુનઃ ઉપર આવી શકશે.

૫. **જો** તમારી નજર કોઈ ખાસ શેર પર છે અને એન ખરીદવા માટે યોગ્ય ભાવની રાહ જોઈ રહ્યાં છો, તો ત્યાં સુધી પોતાની આ રાહ સમાપ્ત ન કરો, જ્યાં સુધી રોકાણકારોની ભીડનો ઉત્સાહ એ શેર પ્રતિ ઠંડો ના પડી જાય - જ્યારે કોઈ શેર સમાચારોમાં હોય છે, એ સમયે એને ખરીદવાનો અર્થ થાય છે, એની ખૂબ ઊંચી કિંમત આપવી. કંપનીની શિખરતાની અપેક્ષા પહેલાંથી જ નક્કી કરીને શેર ખરીદવા તમારા માટે ખૂબ લાભદાયક થઈ શકે છે. આ જ વાત સર્વજ્ઞાત હોવા પર શેરના ભાવ ઉછળી જશે.

૬. **જો** કંપનીની કોઈ યોજના કે વિકાસ કાર્યક્રમ શરૂ થવાવાળો હોય, તો એ

સમયે એના શેરોનાં ભાવ હંમેશાં વધી જાય છે - જો તમે એવા શેર ખરીદવા ઇચ્છો છો, તો એવી પરિયોજનાના લાગૂ થવાથી લગભગ એક મહીનો પહેલાં ખરીદી લો. જો તમે આ જ શેર વેચવા ઇચ્છો છો, તો યોજના ચાલૂ થવાના એક-બે મહીના પછી વેચો. એનાથી તમે શેરોના ભાવ વધવાનો પૂરો ફાયદો ઉઠાવી શકશો.

૭. **કંપનીઓ** હંમેશાં પોતાની નવી યોજનાઓ અને કાર્યક્રમો વિશે પ્રેસ જાહેરાતો જારી કરે છે - રાઇટ કે બોનસ શેર, ડિબેન્ચર નવા ઉત્પાદન, નવી ફેક્ટરી વગેરે વિશે બધી જાણકારી જનતા સુધી પહોંચાડી દેવામાં આવે છે. આ પ્રકારની જાણકારીના શેરો પર ખૂબ આશાવાદી પ્રભાવ પડે છે અને એના પર ખરીદદારીનું દબાણ વધી જાય છે. આથી જો તમે એવા કોઈ શેરમાં રુચિ રાખો છો, તો તુરંત પોતાના શેર દલાલથી આ શેરોને ખરીદવા માટે આજ્ઞાપત્ર આપી દો. ઉત્તમ તો એ રહેશે કે, એવી કોઈ જાણકારી સમાચાર-પત્રમાં આવવા પર તમે એ જ દિવસે તે શેર ખરીદી લો. એ જ પ્રકારે કંપન્નીં વાર્ષિક અને છ-માસિક પરિણામો પર પણ પૂરું ધ્યાન આપો.

પબ્લિક ઇશ્યૂ શું છે?

શેર ખરીદવાના બે માધ્યમ હોય છે અથવા તો તમે બજારથી શેર ખરીદી શકો છો અથવા પછી પબ્લિક ઇશ્યૂથી શેરો માટે અરજી કરી શકો છો.

જ્યારે કોઈ કંપની પૈસા એક્ઠા કરવા માટે નવા શેર કે લોનપત્ર જારી કરે છે, તો એને કંપનીનો પબ્લિક ઇશ્યૂ કહેવામાં આવે છે. નવી અને જૂની બંને પ્રકારની કંપનીઓ બજારમાં નવા ઇશ્યૂ કાઢી શકે છે. બોનસ શેર અને રાઇટ શેર પણ નવા ઇશ્યૂ હોય છે પણ આ શેર ફક્ત કંપનીના જૂના શેર હોલ્ડરોને આપવામાં આવે છે આથી એમને પબ્લિક ઇશ્યૂ નથી કહી શકાતો.

કેટલાં લાભદાયક છે પબ્લિક ઇશ્યૂ - પબ્લિક ઇશ્યૂના માધ્યમથી તમે બહુધા ઘણાં ઓછાં ભાવમાં શેર ખરીદી શકો છો. જૂની કંપનીઓ દ્વારા ઇશ્યૂ તો બજારમાં ચાલી રહેલા ભાવથી અડધા ભાવ પર મળી જાય છે, પરંતુ પબ્લિક ઇશ્યૂમાં સૌથી મોટી સમસ્યા છે - પાક્કા ઍલૉટમેન્ટ પણ અધિકતર પબ્લિક ઇશ્યૂ 'ઓવર સબસ્ક્રાઇબ્ડ' હોય છે, એટલે કે જેટલાં શેર્સ જારી થાય છે, એનાથી વધારે શેર્સની માંગ દર્જ થાય છે. એવામાં કંપની 'ડ્રૉ ઑફ લૉટ્સ'ના માધ્યમથી શેરોની ફાળવણી કરે છે. એમાં પણ દરેક અરજદારને ઓછાથી ઓછા ૫,૦૦૦ રૂપિયા મૂલ્યના શેર વેચવામાં આવે છે.

કેવી રીતે કરશો પબ્લિક ઇશ્યૂ માટે અરજી - અધિકતર પબ્લિક ઇશ્યૂને જારી થવાથી પહેલાં એની સૂચના સમાચાર-પત્રો, પત્રિકાઓ અને અન્ય જાહેરાતો દ્વારા

જનતા સુધી પહોંચાડી દેવામાં આવે છે. આ જાહેરાતોમાં કંપની અને શેરની જાણકારી સિવાય એ શેર દલાલો અને બેંકોનું નામ અને સરનામું પણ આપવામાં આવે છે. એમને પત્ર લખીને તમે આ કાગળ મફત મંગાવી શકો છો. એ ધ્યાન રાખો કે, કોઈ પણ કંપનીના શેર ખરીદવાથી પહેલાં તમે એનું પ્રૉસ્પેક્ટ્સ ધ્યાનથી વાંચી લો. કંપની પોતાનું 'સબસ્ક્રિપ્શન લિસ્ટ' ઓછામાં ઓછું ત્રણ દિવસ અને અધિકથી અધિક દસ દિવસ સુધી ખુલ્લું રાખે છે. અરજી ફૉર્મની પાછળ એ બેંકોની શાખાઓનું વર્ણન આપેલું રહે છે, જ્યાં તમે ફૉર્મ અને પૈસા જમા કરી શકો છો. તમે પોતાનો અરજી પત્ર ખુદ જઈને ટપાલ દ્વારા જમા કરાવી શકો છો, પરંતુ એ ધ્યાન રાખો કે, તમારી અરજી બેંકની પાસે સબસ્ક્રિપ્શન લિસ્ટ બંધ થવાથી પહેલાં પહોંચી જવી જોઈએ. પબ્લિક ઇશ્યૂના શેરોની પૂરી રકમ અથવા તો એક વારમાં બે અથવા બે અથવા એનાથી વધારે હપ્તામાં કરવામાં આવે છે.

કંપનીઓ શેરોનું ઍલૉટમેન્ટ પોતાની મરજીથી એમ જ નથી કરતી. આ ઍલૉટમેન્ટ હમેશાં સ્ટૉક ઍક્સચેન્જના અધિકારીઓની દેખરેખમાં હોય છે. ઍલૉટમેન્ટમાં હંમેશાં વધારે શેરોની અરજીને પ્રાથમિકતા આપવામાં આવે છે. તેથી, ઍલૉટમેન્ટ દરમિયાન પોતાની અરજી સ્વીકાર થવાની શક્યતા વધારવા માટે ઓછામાં ઓછાં ૫૦૦ શેર ખરીદવા માટે અરજી ભરવી જોઈએ.

જો તમારા શહેરમાં કેટલીય બેંક શાખાઓ નવા ઇશ્યૂ માટે અરજી સ્વીકાર કરી રહી છે, તો તમે પોતાની અરજી આપવા માટે સ્બસ્ક્રિપ્શન લિસ્ટના ત્રીજા કે પછી અંતિમ દિવસ સુધી પ્રતીક્ષા કરો અને સામાન્ય જનતાની પ્રતિક્રિયા તપાસતા રહો, જો લોકોનો ઉત્સાહ ફીકો છે, તો તમારા માટે શેર ઍલૉટ થવાની શક્યતા વધારે ઉત્તમ છે પણ જો ઇશ્યૂ માટે રોકાણકારોની સારી એવી ભીડ છે, તો તમારા શેર ઍલૉટ થવાની શક્યતા એટલી જ મુશ્કેલ છે. એમ જ તમે અરજી ભરવા ના ઇચ્છો. રોકાણકારોની પ્રતિક્રિયાથી તમે એ અંદાજો પણ લગાવી શકો છો કે, શેર કેટલાં પ્રીમિયમ પર કારોબાર કરશે.

શેર જે ભાવ પર ઇશ્યૂ થાય છે, એનાથી ઊંચા ભાવ પર પછીથી સ્ટૉક ઍક્સચેન્જમાં એના પર કારોબાર થાય છે. આ જ વધેલો ભાવ રોકાણકારનો નફો હોય છે, જો તમારા શેર ઍલૉટ થાય છે, તો વધેલા ભાવ પર એમને વેચીને નફો કમાવાની તક હાથથી ના જવા દો. આ નફાથી તમે ફરીથી નવા અને સારા ઇશ્યૂમાં રોકાણ કરી શકો છો. નવા ઇશ્યૂમાં ઍલૉટ થયેલાં શેરોને ત્યારે જ પોતાની પાસે રાખો, જો દીર્ઘકાલીન રોકાણ પર તમને આયકરમાં રાહત મળતી હોય.

નવા ઇશ્યૂમાં રોકાણ માટે સલાહ

નવા ઇશ્યૂ બે પ્રકારના હોય છે :

૧. નવી કંપનીઓમાં નવા શેર
૨. જૂની કંપનીઓનાં નવા શેર

જૂની કંપનીઓનાં નવા શેર સામાન્ય રીતે સારું રોકાણ સાબિત થાય છે. એવા ઈશ્યૂના માધ્યમથી તમે નફો બનાવવાવાળી કંપનીઓમાં શેર ઓછા ભાવ પર ઉઠાવી શકો છો, બીજી તરફ બધી નવી કંપનીઓનાં નવા ઈશ્યૂ સારા રોકાણ નથી બની શકતા. કોઈ પણ નવી કંપનીમાં રોકાણ કરતાં સમયે તમારે પૂરી સાવધાની વર્તવી જોઈએ, કેમ કે એમાં તમારા પૈસા ડૂબવાની શક્યતા જળવાઈ રહે છે. નિમ્નલિખિત સલાહ તમારો રસ્તો સરળ કરવામાં તમને મદદ આપી શકે છે :

૧. અજાણ અને બિન-અનુભવી અથવા (પ્રમોટરી)ની કંપનીમં પૈસા લગાવવાથી પહેલાં કંપનીની પરખ-તપાસ કરી લો- આ જ પ્રમોટરીની અન્ય કંપનીઓ વિશે તપાસ કરી લો. જો આ કંપનીઓએ સારા પરિણામ બતાવ્યા છે, તો નવી કંપનીથી પણ તમે એવી જ આશા કરી શકો છો.
૨. જો નવી કંપની કારોબાર શરૂ કરવા માટે તૈયાર નથી, તો એમાં પોતાના પૈસા ના લગાવો- જો ઉત્પાદન શરૂ થવામાં વધારે સમય લાગી ગયો, તો એમાં તમારા પૈસા અટકી જશે અને નફો પછીથી જ આવવાનો શરૂ થશે.
૩. એવી કંપનીની શોધ કરો, જે કશું નવું કરવા જઈ રહી હોય - કોઈ નવો સામાન, નવું ઉત્પાદન, ઉત્પાદનની રીત, કોઈ એવું ઉત્પાદન, જેનું અત્યાર સુધી ફક્ત નિર્યાત થતું રહ્યું હોય, નવી તકનીક વગેરે. એવી કંપનીઓ સામાન્ય રીતે તમારા રોકાણ પર ઉત્તમ આવક આપે છે.
૪. જે કંપનીઓ તેજીથી વિકસિત થઈ રહેલાં ઉદ્યોગો અથવા આર્થિક વર્ગોનો હિસ્સો હોય છે - આ કંપનીઓમાં નુકસાન થવાની શક્યતા ઓછી હોય છે.
૫. ખૂબ નાની કંપનીમાં પોતાના પૈસા ના લગાવો.
૬. જો કંપનીમાં કોઈ વિદેશી ભાગીદાર પણ છે, તો એના વિશે જાણકારી લો- ઉદાહરણ માટે, તેઓ સુવિયસ ઇન્ડિયા અને વિરલા ઍરિકસનાની મૂળ વિદેશી કંપનીઓની આંતરરાષ્ટ્રીય બજારમાં ખૂબ જ સારી શાખ છે.
૭. જે કંપનીઓમાં વિદેશી ભાગીદાર 'ઇક્વિટી' ખરીદે છે, તે હંમેશાં સારું રોકાણ સાબિત થાય છે - વિદેશી કંપની પોતાના પૈસા ત્યાં જ લગાવશે, જ્યાં એને નફાનો પૂરો વિશ્વાસ હોય.
૮. પ્રસિદ્ધ કંપનીઓનાં મોટા ઈશ્યૂમાં જરૂર પોતાની અરજી મોકલો- ઈશ્યૂ જેટલો મોટો હશે, તમારી ઍલૉટમેન્ટની એટલી જ સારી શક્યતા હશે. સ્ટેટ બેન્ક ઑફ ઇન્ડિયાના ઈશ્યૂમાં એ જ જોવામાં આવ્યું હતું. દરેક એ જાણે છે કે, શેરોમાં રોકાણ જોખમ ભરેલું હોય છે. જોકે, અલગ-અલગ

રોકાણકારોમાં જોખમ ઉઠાવવાની ક્ષમતા પણ ભિન્ન-ભિન્ન હોય છે. કેટલાંક લોકો એવા હોય છે, જે શેરોમાં પોતાનું બધું જ દાવ પર લગાવી દે છે. જ્યારે કે કેટલાંક લોકો એવા હોય છે, જે પોતાની મૂડીનો એક રૂપિયો પણ ગુમાવવાથી પરેજ કરે છે. જો મૂડી ના લૂંટાવાની ગેરંટી હોય, તો પછી શેરોમાં રોકાણ કરવું કેવું થશે. મોટાભાગના લોકો એ જ વિચારશે કે, એવું શક્ય નથી. પરંતુ એવી સ્કીમ પણ છે, જેમાં સહેજપણ જોખમ નથી અને ના તો ધન ગુમાવવાની ચિંતા. આવો, જોઈએ શું છે આ સ્કીમ.

તમારે ફક્ત એટલું જ કરવાનું છે કે, પોસ્ટ ઑફિસ મંથલી ઇનકમ સ્કીમમાં છ લાખ રૂપિયા રોકાણ કરો. આ સ્કીમ અંતર્ગત છ ટકાના દરથી વ્યાજ મળે છે. એનો અર્થ એ થયો કે, તમને વાર્ષિક ૪૮ હજાર રૂપિયા વ્યાજ તરીકે મળશે. હવે આ આવક પૂરી રીતે કર યોગ્ય થઈ ગઈ છે. માની લો કે, તમે ૩૦ ટકા કર સ્લેબ વિસ્તારમાં આવો છો. પોસ્ટ ઑફિસ મંથલી ઇનકમ સ્કીમ (પી.ઓ.એમ.આઈ.એસ.) છ વર્ષની હોય છે, આથી તમારે દર મહીને ૨૮૦૦ રૂપિયા રોકાણ કરવાના છે. છ વર્ષના અંતમાં તમને મ્યૂચ્યુઅલ ફંડ રોકાણનું બજાર મૂલ્ય અને સ્કીમમાં રોકાણ કરવામાં આવેલા છ લાખ રૂપિયા મળે છે.

આવો જોઈએ કે, આ રણનીતિ કેવી રીતે કામ કરે છે. માની લો કે, તમે સપ્ટેમ્બર ૨૦૦૦માં પી.ઓ.એમ.આઈ.એસ. ખાતું ખોલ્યું હતું. એનાથી પ્રાપ્ત થયેલી માસિક વ્યાજની રકમને તમે ફ્રેંકલિન ટેંપલટન પ્રાઈમા ફંડમાં એસ.આઈ.પી.માં રોકાણ કરી છે. મ્યૂચ્યુઅલ ફંડમાં રોકાણથી છ વર્ષની સમાપ્તિ પર તમને ૯.૪૫ લાખ રૂપિયા મળે છે. એની સાથે જ પી.ઓ.એમ.આઈ.એસ.માં રોકાણિત છ લાખ રૂપિયા પણ મળે છે. આ પ્રકારે તમારા હાથમાં ૧૫ લાખ રૂપિયા આવે છે અને તે પણ પૂરી રીતથી કરમુક્ત અને જોખમરહિત.

મ્યૂચ્યુઅલ ફંડમાં હંમેશાં જ લાંબી અવધિ માટે રોકાણ ઉત્તમ થાય છે. ઉપરના ઉદાહરણમાં આપણે જોયું કે, કેવી રીતે એસ.આઈ.પી.માં પ્રતિ મહીના ૨૮૦૦ રૂપિયાનું રોકાણ છ વર્ષમાં વધીને ૯.૪૫ લાખ રૂપિયામાં બદલાઈ જાય છે. પરંતુ એના માટે મહત્ત્વપૂર્ણ છે કે, રોકાણકાર છ વર્ષ સુધી પોતાના રોકાણને જાળવી રાખે.

કેટલાય લોકો એવા છે, જેમણે છ વર્ષ પહેલાં મ્યૂચ્યુઅલ ફંડમાં રોકાણ કર્યું હતું. સૌથી મહત્ત્વપૂર્ણ વાત એ છે કે, કેટલાય લોકોએ હજુ પણ મ્યૂચ્યુઅલ ફંડમાં રોકાણ જારી રાખેલું છે. આ સવાલનો જવાબ સંભવતઃ નકારાત્મક થશે. એનું કારણ છે કે, લોકો મ્યૂચ્યુઅલ ફંડોમાં આસપાસની ઘટનાઓનાં આધાર પર રોકાણ અને વિનિવેશ કરે છે. બીજા શબ્દોમાં દુનિયાભરની ઘટનાઓથી આપણું રોકાણ પ્રભાવિત થાય છે.

૨૩

ઉપયોગી ટિપ્સ

શેર બજાર એવા તમામ લોકોને પોતાની તરફ આકર્ષિત કરે છે, જે વધારેથી વધારે ધન કમાવા ઈચ્છે છે. હંમેશાં લોકો એક-બીજાને કહેતાં મળી જશે, 'જો વધારે કમાણી કરવી છે, તો શેર બજારમાં નસીબ અજમાવવું ઠીક રહેશે. મારા દોસ્તે શેરોથી ખૂબ જ દોલત એકઠી કરી છે.'

નવા રોકાણકારે હંમેશાં કેટલીક પાયાની વાતો પર ધ્યાન આપવું જોઈએ. શેર બજારમાં રોકાણ કરવાથી પહેલાં સુનિશ્ચિત કરી લો, કે તમે કઈ શ્રેણીના રોકાણકાર છો.

શં તમે દીર્ઘકાલિક રોકાણકાર છો?

શું તમે અંશકાલિક રોકાણકાર છો?

જો કંપનીના ફંડામેન્ટલ્સ સાચા હોય, તો ખુદને ધૈર્ય રાખવાનું શીખવાડીને શેર બજારમાં તમે ૯૫ ટકા સુરક્ષિત અનુભવ કરી શકો છો. બેંકમાં જમા કરેલા પોતાના પૈસા તમે કોઈ પણ કટોકટીની પરિસ્થિતિમાં કાઢી શકો છો અને એવું કરતાં સમયે તમને બેંક તરફથી વ્યાજ પણ મળે છે.

જો તમારા પૈસા શેર બજારમાં લાગેલા છે અને આજે સાંજે સાત વાગ્યે તમને એક લાખ રૂપિયાની જરૂર છે. તમે શેર બજારમાં ક્લોઝિંગના સમયે જુઓ છો કે, તમારા શેરની કિંમત ૧ લાખ રૂપિયા + તત્કાલીન બજાર મૂલ્ય છે. જો તમે શેર બજારથી કાલે પૈસા કાઢવાનો નિર્ણય કરો છો, તો એવું પણ થઈ શકે છે કે, શેરની કિંમત ઘટી જાય અને તમારે ૯૦ હજાર રૂપિયાથી જ સંતોષ કરવો પડે.

આ જ શેર આગલા અઠવાડિયે કે આગલા મહીને તમને ૧.૨૫ લાખ રૂપિયા પણ અપાવી શકે છે.

અલ્પકાલિક રોકાણમાં જોખમ અધિક હોય છે. આ પ્રકારનું રોકાણ એક ખેલની જેમ હોય છે, જેમાં હાર-જીતની શક્યતા જળવાઈ રહે છે.

ટુકડાઓમાં રોકાણ કરો. જો તમારી પાસે 'એક્સ' રૂપિયા છે, તો પૂરી રકમના

શેર ના ખરીદીને પચાસ ટકા રકમ હંમેશાં પોતાની પાસે રાખો.

શેર બજારનું સરળ સૂત્ર એ જ છે કે, અધિક લાલચ કરવા પર અધિક નુકસાન ઉઠાવવું પડી શકે છે.

શેર બજારમાં દીર્ઘકાલિક રોકાણ કરવાવાળા ફાયદામાં રહે છે. દીર્ઘકાલિક રોકાણકારને કોઈ જરૂરી કાર્ય માટે તુરંત રકમ કાઢવાની જરૂર નથી હોતી. લાંબા સમયથી નુકસાનમાં ચાલી રહેલી કંપની પણ અચાનક નફાની સ્થિતિમાં આવી શકે છે અને પોતાના શેરધારકોને માલામાલ કરી શકે છે.

મહત્ત્વપૂર્ણ સરનામા

સમાચાર-પત્ર (Newspaper)

Hindu Business Line
The Economic Times
The Financial Express
The Business Standard
વેપાર

પત્રિકાઓ (Magazines)

Capital Market
Business India
Business World
Business Today
Outlook Money
Bajaj Capital Investers India.

મહત્ત્વપૂર્ણ વેબ સાઈટ્સ

www.bseindia.com
www.nseindia.com
www.sebi.gov.in
www.equitymastel.com
www.sharekhan.com
www.capitalmarket.com
www.indiabulls.com
www.moneycontrol.com
www.mutualfundsindia.com
www.myiris.com
www.nsdl.co.in
www.icicidirect.com
www.indianinfoline.com
www.investmartindia.com
www.capitalideasonline.com

www.nyse.com
www.nasdag.com

બી.એસ.ઈ. મુખ્યાલય

સ્ટૉક ઍક્સચેન્જ
ફિરોજ જીજીભાય ટાવર્સ
દલાલ સ્ટ્રીટ
મુંબઈ - ૪૦૦૦૦૧.
ફોન : ૯૧ - ૨૨ - ૨૨૭૨૧૨૩૩/૪
ફેક્સ : ૯૧ - ૨૨- ૨૨૭૨૧૫૫૨
વેબસાઈટ : www.bseindia.com

એન.એસ.ઈ. કૉર્પોરેટ કાર્યાલય

નેશનલ સ્ટૉક ઍક્સચેન્જ ઑફ ઇન્ડિયા લિમિટેડ
ઍક્સચેન્જ પ્લાઝા
પ્લૉટ સંખ્યા સી/૧, જી બ્લૉક,
બાંદ્રા-કુરજા કૉમ્પલેક્સ
બાંદ્રા (પૂર્વી)
મુંબઈ - ૪૦૦૦૫૧.
ફોન : ૯૧ - ૨૨ -૨૬૫૯૮૧૦૦ -૮૧૧૪
વેબસાઈટ : www.nseindia.com

સેબી મુખ્યાલય

સિક્યોરિટીઝ એન્ડ ઍક્સચેન્જ બોર્ડ ઑફ ઇન્ડિયા
મિત્તલ કોર્ટ, 'બી' વિંગ, પહેલો માળ,
૨૨૪ નરીમન પૉઇન્ટ
મુંબઈ - ૪૦૦૦૨૧.
ફોન : ૯૧ - ૨૨- ૨૨૮૫૦૪૫૧ - ૫૬, ૨૨૮૮૦૯૬૨-૭૦
ફેક્સ : ૯૧ - ૨૨ - ૨૨૦૪૫૬૩૩, ૨૨૦૨૧૦૭૩
વેબસાઈટ : www.sebi.gov.in